મહેશ દવે : એક અધ્યયન

સર્જક અને સર્જનની તટસ્થ સમીક્ષા

ડૉ. મિત્તલ કે. નાયી

Made with ♥ on the Notion Press Platform
www.notionpress.com

સામગ્રી

પ્રસ્તાવના

પ્રસ્તુત પુસ્તક સર્જકશ્રી મહેશ દવેના સમગ્ર સાહિત્યસર્જનને સમજૂતીપૂર્વક આવરી લેવાનો એક વિનમ્ર પ્રયાસ છે. ગુજરાતી સાહિત્યમાં મહેશ દવેનું સ્થાન તેમના નવીન પ્રયોગો, આધુનિક અભિવ્યક્તિ અને વિશિષ્ટ સર્જનશૈલીને કારણે વિશેષ મહત્વ ધરાવે છે. ખાસ કરીને તેમની ક્યુબિસ્ટ શૈલીમાં રચાયેલી કૃતિઓ ગુજરાતી સાહિત્યને નવી દૃષ્ટિ અને અભિવ્યક્તિ પ્રદાન કરે છે.

આ પુસ્તકમાં મહેશ દવેના વિવિધ સાહિત્યપ્રકારોનું અભ્યાસાત્મક અને વિશ્લેષણાત્મક નિરૂપણ કરવામાં આવ્યું છે. તેમના ક્યુબિસ્ટ કાવ્યસંગ્રહ 'બીજો સૂર્ય', વાર્તાસંગ્રહો 'વહેતું આકાશ' અને 'મુકાબલો', તેમજ ઍબ્સર્ડ એકાંકીસંગ્રહ 'મને દ્રશ્યો દેખાય છે' જેવી કૃતિઓના સાહિત્યિક મૂલ્યો અને કલાત્મક વિશેષતાઓને અહીં સમજવાનો પ્રયાસ કરવામાં આવ્યો છે.

ક્યુબિસ્ટ શૈલી અને આધુનિક સાહિત્યિક અભિવ્યક્તિને સમજવી સહેલી નથી. આ વિષયને લગતા અનેક પ્રશ્નો અને જટિલતાઓ વચ્ચે રહીને અહીં યથાશક્તિ સરળ અને સ્પષ્ટ અભ્યાસ રજૂ કરવાનો પ્રયત્ન કરવામાં આવ્યો છે. આશા છે કે આ પુસ્તક વાચકોને મહેશ દવેના સર્જનવિશ્વને વધુ નજીકથી ઓળખવામાં તથા ક્યુબિસ્ટ શૈલીને સમજવામાં મદદરૂપ બનશે.

આ ગ્રંથ દ્વારા સાહિત્યરસિકો, સંશોધકો અને વિદ્યાર્થીઓને ગુજરાતી આધુનિક સાહિત્યની નવી દિશાઓનો પરિચય મળશે એવી દૃઢ શ્રદ્ધા છે.

સર્જકશ્રી મહેશ દવે તથા તેમના વારસદારોએ આ સર્જનોને પુસ્તક સ્વરૂપે રજૂ કરવાની સંમતિ આપી તે બદલ હું તેમની અંતઃકરણપૂર્વક કૃતજ્ઞતા વ્યક્ત કરું છું. મારા માર્ગદર્શક ડૉ. રાજેશ એચ. ત્રિવેદીના સતત માર્ગદર્શન અને પ્રોત્સાહન વિના આ કાર્ય સંભવ બની શક્યું ન હોત.

મારા પ્રથમ પુસ્તકના પ્રકાશનની આ ક્ષણે હું આનંદ, સંતોષ અને

ગૌરવની લાગણી અનુભવું છું.

– ડૉ. મિત્તલ કે. નાયી

સ્વીકૃતિઓ

સાહિત્ય અને સંશોધન પ્રત્યેનો મારો શોખ મને પીએચ.ડી. સુધી લઈ ગયો. મારા સંશોધનનો વિષય હતો — "મહેશ દવે : એક અધ્યયન". આ સંશોધનપ્રવાસ મારા માટે માત્ર શૈક્ષણિક કાર્ય નહોતું, પરંતુ ગુજરાતી આધુનિક સાહિત્યની નવી દિશાઓને સમજવાની એક આનંદમય યાત્રા હતી.

આ અભ્યાસ દરમિયાન મારા આદરણીય માર્ગદર્શક ડૉ. રાજેશ એચ. ત્રિવેદીએ સતત માર્ગદર્શન, પ્રેરણા અને સાહિત્યિક સમજ પૂરી પાડી. મહેશ દવેના સર્જનવિશ્વ, ક્યુબિસ્ટ કવિતા, ઍબ્સર્ડ એકાંકી તથા આધુનિક સાહિત્યિક અભિવ્યક્તિના વિવિધ પાસાઓને સમજવામાં તેમનું માર્ગદર્શન અત્યંત ઉપયોગી બન્યું. તેમના સૂચનો અને સ્પષ્ટીકરણોના કારણે હું મહેશ દવેની વાર્તાઓ, કવિતાઓ અને એકાંકીઓની આંતરિક રચના અને કલાત્મક વિશિષ્ટતાઓને વધુ ઊંડાણથી સમજી શકી.

આ સંશોધન દરમિયાન મહેશ દવેના સર્જનમાંથી પસાર થવાનો જે અવસર મળ્યો તે મારા માટે એક વિશિષ્ટ સાહિત્યિક અનુભવ રહ્યો. આ સમગ્ર કાર્ય મેં ખૂબ આનંદ, ઉત્સાહ અને આત્મસંતોષ સાથે પૂર્ણ કર્યું છે.

આજે જ્યારે આ સંશોધન પુસ્તક સ્વરૂપે પ્રકાશિત થઈ રહ્યું છે ત્યારે મને વિશેષ આનંદ અને ગૌરવની લાગણી અનુભૂતિ થાય છે. આ પુસ્તકના પ્રકાશનમાં મારા માર્ગદર્શક ડૉ. રાજેશ ત્રિવેદી તથા સર્જકશ્રી મહેશ દવેના સુપુત્ર ડૉ. મિહિર દવેએ જે સહયોગ, પ્રોત્સાહન અને પીઠબળ પૂરું પાડ્યું છે, તે માટે હું તેમની હૃદયપૂર્વક આભારી છું.

આ ઉપરાંત, પુસ્તકના કાર્ય દરમ્દયાન સહકાર આપનાર દરેક શુભેચ્છક, મિત્રો અને પરિવારજનોનો પણ હું અંતઃકરણપૂર્વક આભાર વ્યક્ત કરું છું.

સ્વીકૃતિઓ

મારા પ્રથમ પુસ્તકના પ્રકાશનની આ ક્ષણે હું આનંદ અને કૃતજ્ઞતાની લાગણી સાથે સહુનો હૃદયપૂર્વક આભાર માનું છું.

– ડૉ. મિત્તલ કે. નાયી

1

મહેશ દવેનું જીવન અને સર્જન

મહેશદવેનુંજીવન

મહેશ દવે એકમેવ ક્યુબિસ્ટ કવિ, વાર્તાકાર અને એકાંકીકાર જેમનો જન્મ 1-8-1935 ના રોજ ગાંધીનગર જિલ્લાના વાવોલ ગામે થયો છે. તેમના પિતા ડૉ. બાલાશંકર જયશંકર દવે જે દાકતરીના વેશમાં ઘોડા પર બેસી નારદીપુરથી રૂપાલની ચોકારીના દવાખાને બેસતા. મહેશ દવેની માતાનું નામ વિજ્યાબેન બાલાશંકર દવે. મહેશ દવેનું મૂળ વતન રાજપુર (કડી). તેમણે માધ્યમિક શિક્ષણ પછી ઉચ્ચ શિક્ષણ માટે વડોદરાની મ.સ. યુનિવર્સિટીમાં દાખલ થયા. સુરેશ જોશીના સંપર્કમાં આવ્યા પછી તે એમ. એ. ની ઉપાધિ મેળવવા અમદાવાદ આવ્યા અને ભાષાસાહિત્ય ભવનમાંથી એમ. એ. થયા. તેઓ અમદાવાદ આર્ટ્.સ એન્ડ કોમર્સ કૉલેજમાં ગુજરાતી વિભાગના અધ્યક્ષ હતા. મહેશ દવેના લગ્ન 1955માં વસંતીબેન છગનાલાલ ઉપાધ્યાય સાથે થયેલા જેમણે અભ્યાસમાં હોમસાયન્સની ઉપાધિ મેળવેલી. તેમના આ સુખદ અને કવચિત્ દુ:ખદ એમ બંને રીતે મધુર એવા આ દામ્પત્યજીવનમાં તેમના ત્રણ સંતાનો : નિમેષ, કેતન અને મિહિર. આ દામ્પત્યજીવનના બાહ્ય સંબંધો વિશે સર્જકનું માનવું છે કે, “લગ્ન એક સંસ્થાનું રૂપ ધારણ કરે છે અને સંબંધ સનાતનતાનું

તેમજ લગ્નસંબંધ વગર સ્ત્રી સ્વતંત્ર વિકાસ કરી શકે તે અશક્ય અને અશાસ્ત્રીય છે."[1]

મહેશ દવે હિન્દી, અંગ્રેજી, સંસ્કૃત, બંગાળી અને ગુજરાતી એમ પાંચ ભાષાઓમાં સારું પ્રભુત્વ ધરાવે છે. તેમના સર્જનકાળની શરૂઆતમાં તેઓ ચુનીલાલ મડિયા, જયંત ખત્રી, ગુલાબદાસ બ્રોકર, નિરંજન ભગત અને સુન્દરમ્.થી પ્રભાવિત થયા હતા તેમના અંગત પુસ્તકાલયમાં તેમણે પાંચેક હજાર જેટલી પુસ્તકો સંગ્રહિત કરી છે. તેમની સર્વપ્રથમ મૌલિક પ્રકાશિત કૃતિ "ધબકાર" જે તેમણે યુવાનીમાં સર્જી હતી. તેઓ પ્રેરણા અને પરિશ્રમ બંનેને સમાન મહત્વ આપવામાં માને છે.

મહેશ દવે જયારે સર્જન કરવા તત્પર થાય ત્યારે તેઓ સમય જોતા નહી તદ્ઉપરાંત તેમણે રાત્રિજાગરણનો પણ શોખ છે. તેમની લેખન પૂર્વેની અને પછીની મનઃસ્થિતિ as cool as ice રહેતી. તેમના હૃદયમાં એકવાર કૃતિ બેસી જાય પછી આસપાસના વાતાવરણમાં અવાજ હોય કે એકાંત તેઓ મુક્તપણે સર્જન કરી શકે છે તેમજ તેમને સર્જન કરવા માટે કે કૃતિ રચવા માટે કોઈ ખાસ સ્થળની જરૂર નથી પૃથ્વીનો એક ટુકડો, જ્યાં દેહ સમાઈ જાય એવા સ્થાને પણ સર્જક સરળતાથી સર્જન કરી લેતા આ તેમની ખાસ વિશેષતા છે. સર્જન કરતી વખતે મહેશ દવેને ખાસ ઘ્રાણેન્દ્રિયને ઉત્તેજિત કરે તેવા પદાર્થ પીવાની આદત ખરી. દારૂ જેવા માદક પદાર્થો વિશે સર્જકનું માનવું છે કે, "શાસ્ત્રમાં સાત્વિકો માટે દારૂબંધી નથી, તામસિકો માટે છે". સર્જકને પગરખાં ન ગમે અને અંગરખા સતત બદલતા રહેવાનું ગમે. મહેશ દવેને રંગોમાં સફેદ, ગેરુઓ અને કાળો રંગ વધારે ગમે તેમજ ખાદી અને માદરપાટ પહેરવા અત્યંત પ્રિય છે. તેમને સાબુની જગ્યાએ સૌરાષ્ટની માટી (મુલતાની માટી) વધુ ગમે છે.

મહેશ દવે જ્યારે સર્જન કરતાં હોય અથવા લખતાં-વાંચતા હોય અને કોઈ અચાનક આવી જાય તો તેમને ખૂબ આનંદ આવી જાય. તેમને કઈંક અલગ લાગે. કારણ કે તેઓ મનુષ્યને પ્રથમ મહત્વ આપે છે અને પછી લેખનને. મહેશ દવે અન્ય સર્જકોની જેમ અસંખ્યવાર લખી અંતે છેલ્લી નકલ લખે એવું નથી તે જે ગણો તે એક જ પહેલી અને છેલ્લી નકલ એમ એક જ નકલ લખે.

મહેશ દવેના સાહિત્ય સર્જનના આરંભે 1958માં "યુવક" સામયિકમાં વાર્તા છપાઈ અને પછી "સંસ્કૃતિ" સામયિકમાં આ કૃતિના પ્રકાશનથી તેમને ખૂબ જ હર્ષની લાગણી જન્મેલી સર્જકે પોતાના જીવનકાળમાં લગભગ બધા જ સાહિત્યપ્રકારોમાં પ્રયત્ન કર્યા છે, પરંતુ સૌથી વધુ સિધ્ધિ અપાવનાર કવિતા, વાર્તા અને એકાંકી છે. મહેશ દવેને અતિ પ્રિય એવા સર્જકોમાં ગોપીનાથ કવિરાજ, શ્રી અરવિંદ અને ગોરખનાથનો સમાવેશ થાય છે અને વિદેશી સર્જકોમાં જ્યોર્જ ગુર્જિયેફ, કાર્લોસ કાસ્ટેન્ડા તેમજ અસપેન્સ્કીનો સમાવેશ થાય છે. મહેશ દવેની કૃતિઓનું વિવેચન કરનારા વિવેચકમાં ગુલાબદાસ બ્રોકર, રાધેશ્યામ શર્મા, સુમન શાહ અને મફત ઓઝા છે.

ગુલાબદાસ બ્રોકરે મહેશ દવેના બાહ્ય સ્વરૂપ વિશે 'વહેતું આકાશ' ની પ્રસ્તાવનામાં મહેશ દવેને 'વહેતું આકાશ' વાર્તાસંગ્રહની 'દસ વિદાનિયા' વાર્તાના નાયક સાથે સરખાવતાં લખ્યું છે કે, અમુક વર્ષો પહેલાં મારે સાહિત્યના કામ અંગે અમદાવાદ જવાનું થયેલું. ત્યાં મને એક જુવાન મળેલો. એ જુવાન એટલે પણ - આઈ. વી. પેન્ટ, ઊભી લીટીનું શર્ટ - કયા રંગનું તે યાદ નથી, - કોલર ખરો, ઉપર સોનેરી ચકલી હતી કે નહિ તે ખબર નથી, પણ ઊડુ ઊડુ કરતી, કૃત્રિમ નહિ એવી, કવિતાસભર બે આંખો તો એના પર હતી જ, વાળ દેવદાસશાઈ હતા પણ અસ્ત-વ્યસ્ત નહિ, અને મફલર. આંખો લાંબી હશે, લોફર નહોતી, ને ચહેરો પણ એવો નહિ. એ જુવાન મારી સાથે માધુર્યભરી ઉત્તેજનાથી વાત કરી રહ્યો હતો એ પણ મને યાદ છે. નામ પૂછતાં કહે : "મહેશ દવે". ('વહેતું આકાશ' વાર્તાસંગ્રહની પ્રસ્તાવના (પૃ-9-10)

મહેશ દવેને ચિત્રકળા સિવાયની બધી જ લલિતકલાઓ ફાવે. સર્જકને વાંસળી વગાડતાં પણ આવડે છે. તેમજ આપણું ભારતીય અને વેસ્ટર્ન ક્લાસિકલમાં પણ તેમને અત્યંત રસ પડે છે. સર્જકની મનગમતી ફિલ્મ 'પરંતપા' જે બંગાળી ફિલ્મ છે અને 'એક ઉંદર અને જદુનાથ' નાટક પણ અતિ પ્રિય છે. આ ફિલ્મજગત અને નાટ્યજગતમાં મહેશ દવેને નટ તરીકે ઉત્તમકુમાર, નિર્દેશકઃ રાજ કપૂર, સંગીતકારઃ નૌશાદ, ગાયકઃ તલત મહેમૂદ, કેમેરામેન : સત્યજિત રાય પ્રત્યે અતિ સ્નેહ રાખે છે. આ પરથી લેખકની નજર કેટલી દૂર સુધી પહોંચે છે તેનો ખ્યાલ આવે છે. સામાન્ય મનુષ્ય માત્ર

નાયક અને નાયિકા સુધી જ સીમિત રહે છે. જ્યારે સર્જકની નજર છેક કેમેરામેન સુધી પહોંચે છે.

મહેશ દવેએ કાવ્યવાંચન, વાર્તાવાંચન અને પોતાનું ઈન્ટરવ્યુ પણ આકાશવાણી પર આપેલું છે. મહેશ દેવનું માનવું છે કે આ સિનેમા, ટીવી, વિડિયો જેવા હોટ માધ્યમના આક્રમણે જ સાહિત્યનો નાશ કરી નાખ્યો છે. તેમ છતાં સર્જકને પોતાને ટીવી પર એક લેખક અને અભિનેતા બંને રીતે પ્રકાશિત થવાની ખૂબ જ મહેચ્છા હતી. તેમની બે ગમતી ટીવી સીરિયલો 'તમસ' અને 'કથાસાગર' છે. આ સાથે સર્જક માને છે કે, બાધા, આખડી, માનતા, ઉપવાસ, વ્રત, એકટાણું આ સર્વ મનુષ્ય સાથે જોડાયેલું છે અને આથી તેમાં સર્જક વિશ્વાસ પણ રાખે છે અને તેથી જ સર્જક પૂજાપાઠ અને આખ્યાનકથન પણ કરે છે.

મહેશ દવેએ તેમનો સ્કૂટર સાથેનો યાદગાર અકસ્માત જણાવતાં કહ્યું કે, એકવાર સ્કૂટરના પાછળના વ્હીલની ટ્યુબ ફાટતાં અકસ્માત થયેલો જેને તેઓ "નેરો એસ્કેપ" કહી સંબોધતા.

સર્જક તરીકેની તેમની પ્રતિબધ્ધતા "Book of hour and Book of ever" એમ બંને પ્રકારની છે. સર્જકને દૈનિક સામયિકો લગભગ બધાં જ વાંચવા ગમે પરંતુ જેમાં કઈંક વિશેષ હોય એમા તેમની નજર ચોંટી જાય. તેમણે તંત્રી તરીકે અને સામયિક સંપાદનની પણ ભૂમિકા ભજવી છે. મહેશ દવેએ એક સંકલ્પ પ્રેરક વાક્ય આપતાં કહ્યું કે, "સંકલ્પવાન હો જાતા હૈ આત્મવાન" જે અત્યંત મારા હૃદયને સ્પર્શી જાય છે. સર્જકની ઈચ્છા છે કે, ભવિષ્યમાં જગત તેમને એક કવિ અને વાર્તાકાર તરીકે યાદ રાખે.

આ ઉપરાંત મહેશ દવેને સર્જનાત્મક તર્કશાસ્ત્ર કરતાંયે તત્વજ્ઞાનમાં વધારે અભિરુચિ રહેતી અને તેથી તે કાવ્ય, વાર્તાઓ, નવલકથા અને એકાંકી લખવાનું છોડીને પાછળથી ગહનગૂઢ તત્વોમાં તંત્રમાર્ગ અને જ્યોતિષશાસ્ત્રમાં અદ્રશ્ય થઈ ગયા. આજેય પણ તે મૂડમાં હોય તો કુંડળી, હસ્તરેખા અને સામુહિક ચિહ્નવિદ્યાના અભ્યાસથી સાચી અને સચોટ આગાહી કરી શકે તેમ છે.

આમ, મહેશ દવેમાં આપણને સાહિત્યકારની સાથે-સાથે એક જ્યોતિષકારના પણ દર્શન થાય છે.

<u>મહેશ દવેનું સમગ્ર સાહિત્યસર્જન</u>

મહેશ દવેને વિદ્યાર્થીકાળથી જ સાહિત્યમાં વિશિષ્ટ રુચિ હતી અને તેનો પ્રથમ ઝબકાર પ્રબોધ રાવળ, હરિપ્રસાદ વ્યાસ એ બેના તંત્રીપદે અને રાધેશ્યામ શર્માના સંપાદન હેઠળ પ્રગટ થતા 'યુવક'માં 'ધબકાર' નામની તેમની પ્રથમ નવલિકામાં પ્રગટ થયેલો અને એ પછી આ સાહિત્યનો ધબકાર સર્જકમાં સતત ગુંજતો જોવા મળે છે. કવિતા, ટૂંકીવાર્તા અને એકાંકીનાં ક્ષેત્રમાં તેમણે નોંધપાત્ર સિધ્ધિ પ્રાપ્ત કરી છે અને તેથી જ આજે શ્રેષ્ઠ સાહિત્યકારોમાં મહેશ દવેનું નામ અને કામ બંને ગણનાપાત્ર છે.

વીસમી સદીના પ્રથમ બે દાયકામાં નવીન કલા આંદોલનોનું પ્રભુત્વ વધતા બહિરંગ વસ્તુ જગતનું સીધું-સાદું અને સરળ ચિત્ર આપનાર કાવ્યોમાં કલાતત્વ શોધવામાં સમસ્યા ઉભી થતા ફ્રેંચ કવિ, વિવેચક - ગદ્યકાર એપોલીનેરે ઘનવાદી સાહિત્યિક વાતાવરણનો ફેલાવો કર્યો. આથી સાહિત્યમાં તેઓ પ્રથમ ઘનવાદી કવિ બન્યા. ઘનવાદમાં એમણે ભૂમિતિનાં ચોથા પરિમાણને જોયું. તેથી કવિ એપોલીનેરને લાગ્યું કે કાવ્યમાં આધુનિક જીવનનાં બધા જ ગતિશીલ રૂપોનો પ્રવેશ આવશ્યક છે. વર્ષોથી ચાલી આવતી સાદી અને સરળ કલામાંથી કલાકારને કઇંક નવીન કરવાની પ્રેરણા આપતાં ઘનાવાદી કવિઓએ, કલાકારોએ કલાના પરિમાણ અને પરિપ્રેક્ષ્યમાં મૂળથી પ્રયોગો શરૂ કર્યા.

આ ઘનવાદી સાહિત્યકારો, કલાકારોએ પોતાની સર્જકચેતના થકી પ્રકૃતિના નવીન પરિમાણો સાહિત્યમાં લઈ આવ્યા. જેમાં મનુષ્યનાં વાસ્તવિક જીવનનું આંતરિક સત્ય પ્રગટતું જોવા મળે છે. આ રીતે કલા આંતરિક બની. કલ્પના શક્તિને વિકસવાની એક નવીન તક મળી. જેનો પ્રભાવ વિશ્વના સાહિત્ય પર જોવા મળે છે. આ સાથે ગુજરાતી સાહિત્ય અને સાહિત્યકારોએ પણ નવીન કલાનાં આ સ્વરૂપનાં પ્રભાવ પ્રત્યે પ્રબળ રીતે આકર્ષાયા. જેના પરિણામ સ્વરૂપ કવિ સિતાંશુ યશચંદ્ર પાસેથી આપણ ને ગુજરાતી સર્.રીયલ કવિતા અને કવિ મહેશ દવે પાસેથી ગુજરાતી ક્યુબિસ્ટ કવિતા પ્રાપ્ત થઈ.

ગુજરાતી કાવ્ય સાહિત્યનો પ્રથમ ઘનવાદી કાવ્યસંગ્રહ 'બીજો સૂર્ય' પ્રાપ્ત થાય છે. અહીં કવિ મહેશ દવે પ્રથમ નહી અર્થાત જે તમે જોયો છે એ નહિ પરંતુ જે હજુ સુધી તમારી દ્રષ્ટિમાં આવ્યો નથી એવા

બીજા સૂર્યની વાત અહીં કાવ્યસંગ્રહમાં કરે છે.

તેમનો પ્રથમ કાવ્યસંગ્રહ 'બીજો સૂર્ય' જે જૂન 1969માં રૂપાલી પ્રકાશન દ્વારા પ્રકાશિત થતાં ગુજરાતી સાહિત્યમાં પહેલીવાર ક્યુબિસ્ટ શૈલીની અવનવી છાંટ જોવા મળી અને મહેશ દવે ગુજરાતી સાહિત્યના એકમેવ ક્યુબિસ્ટ કવિ તરીકે સાહિત્ય-જગતમાં ઊભરી આવ્યા. મહેશ દવેના 1969માં પ્રગટ થયેલો કાવ્યસંગ્રહ 'બીજો સૂર્ય'માં પ્રગટ થતી સંવેદનાઓને ચંદ્રકાન્ત ટોપીવાળાએ 'વિશિષ્ટ' કહી છતાં 'નિષ્ફળ' જણાવી એક અવિસ્મરણીય વિધાન આપ્યું. "... કવિશ્રી મહેશ દવેનો ઉદ્દેશ અને ઉદ્યમ એકના એક સૂરજને બીજા સૂરજમાં પલટી નાખવાના ક્યુબિસ્ટ સાહસ સાથે નવાં પરિપ્રેક્ષ્યો, નવી દ્રષ્ટિભંગિ સંવેદનાનાં નવાં પરિમાણોને જન્મ આપવા મથે છે અને કંઈક અંશે નિષ્ફળ જાય છે તો પોતાની રીતે નિષ્ફળ જાય છે. આવાં નિષ્ફળ જતાં સાહસ-પુરુષાર્થીનું પણ કવિતાને મન એક વિશેષ મૂલ્ય છે."[2] 'એક ક્યુબિસ્ટ કાવ્ય' અને 'રુરુદિષા'માં આ ક્યુબિકલ શૈલીનો પ્રયોગ કેવો સફળતાથી થયો છે. એ તેમણે ઉદાહરણ સહિત દર્શાવ્યું છે. મહેશ દવેના આ ક્યુબિસ્ટ કાવ્યોને બિપિન મેશિયાએ પણ પ્રશંસાથી વધાવ્યાં છે. એમના કેટલાક કાવ્યો બંગાળી અને અંગ્રેજીમાં રૂપાંતરિત પણ કર્યા છે. મહેશ દવેની રચનાઓના સંપાદનો પણ થયાં છે જે નોંધપાત્ર છે.

મહેશ દવેની આ ઘવાદી કવિતા એ ગુજરાતી સાહિત્યની પ્રારંભકાલીન ઘનવાદી કવિતા હોવાથી કેટલાક વિવેચકોએ આ કાવ્યસંગ્રહમાં વિશેષતા જોઈ છે તો કેટલાક વિવેચકોએ આ કાવ્યસંગ્રહમાં મર્યાદાઓ પણ જોઈ છે. પરંતુ સર્વસામાન્ય સ્વરૂપે જોઇએ તો ગુજરાતી કાવ્ય સૃષ્ટિને ઘનવાદનો નૂતન સ્વાદ ચખાડનાર કવિ તરીકે મહેશ દવેનું સ્થાન ગુજરાતી સાહિત્ય ક્ષેત્રે અનેરું છે. જેમાં કોઈ શંકાને સ્થાન નથી.

ઇસ. ૧૯૫૫ થી ઇસ. ૧૯૮૫ સુધીનો ત્રણ દાયકા જેટલો સમયગાળો ગુજરાતી સાહિત્યમાં અદ્યતન અને પ્રયોગશીલ નવલિકાનો રહ્યો છે. આ સમય દરમિયાન નવલિકા સર્જન કરતાં સાહિત્યસર્જકોની ટૂંકીવાર્તાઓમાં પરંપરાથી કંઈક અલગ પ્રયોગો તરફનો પ્રભાવ વિશેષ જોવા મળે છે. સર્જક ચેતનાની બદલાયેલી

પરિસ્થિતિને કારણે સર્જકોને પ્રયોગો કરવાની આવશ્યકતા ઉભી થાય છે. ઘણી વાર આવી આવશ્યકતા સર્જકની આદતમાં બદલાઈ જાય છે અને અંતે સાહિત્યકાર પ્રયોગોને અનુકૂળ થવા લાગે છે. આ પ્રયોગોનું વળગણ ક્યારેક સાહિત્યકાર માટે દુષ્કર પરિણામ પણ લાવી શકે છે. ઘણીવાર સાહિત્યકાર આવા નૂતન પ્રયોગો કરવાની ઈચ્છામાં અંતે કંઈ પણ સિદ્ધ ન થાય એવું પણ કરી બેસે છે. પરંતુ શ્રી મહેશ બાલાશંકર દવેની વાર્તાસૃષ્ટિમાં માત્ર પ્રયોગશીલતા પ્રત્યેનું વળગણ નથી. પરંતુ સર્જકચેતનાની અનિવાર્યતા પણ છે. સર્જકશ્રી મહેશ દવે પાસેથી આપણને પ્રયોગશીલ, સત્વશીલ, અને વિષયવૈવિધ્યથી ભરપૂર નવલિકાઓ મળે છે.

'વહેતું આકાશ' 1970માં પ્રગટ થયેલો મહેશ દવેનો આ વાર્તાસંગ્રહ તેની પ્રસ્તાવનાથી જ આકર્ષી ઉઠે છે. આ વાર્તાસંગ્રહની પ્રસ્તાવના 'ઘૂંટાયેલી વેદનાનું વ્યોમ' શીર્ષક દ્વારા ગુલાબદાસ બ્રોકરે લખી છે. જે સૌપ્રથમ 'સંસ્કૃતિ' સામયિકમાં પ્રગટ થઈ અને પછી 'સાહિત્ય : તત્વ અને તંત્રમાં' પ્રગટ થઈ અને આ વાર્તાસંગ્રહમાં આપેલી વાર્તાઓ વિશે ગુલાબદાસ બ્રોકર પ્રસ્તાવનામાં લખે છે કે, "આ સંગ્રહની વાર્તાઓ જેને આપણે નવી વાર્તા કહીએ છીએ તે પ્રકારની છે ભાષા, શૈલી, રીતિ, અભિવ્યક્તિ વગેરે સર્વ અંગોપાંગોમાં પણ નવી વાર્તાનાં જે મુખ્ય મુખ્ય પુરસ્કર્તાઓ છે, તેમાંના કોઈ એકની દેખાઈ આવે તેવી, કે શોધવા મથીએ પછી દેખાઈ રહે તેવી કશીયે ખાસ છાપ વરતાઈ આવતી નથી. વરતાઈ આવે તેવી ખાસ છાપ જો આ વાર્તાઓ ઉપર કોઈનીયે હોય તો તે એક જ માણસની છે : મહેશ દવેની" (વહેતું આકાશ પ્રસ્તાવના પૃ-10) આ વાર્તાઓમાં રહેલી મૌલિક્તા, વાર્તાકથન, વાર્તાની આકર્ષક શૈલી અને તેની સુંદરતાને બિરદાવતાં વિવેચક ગુલાબદાસ બ્રોકર લખે છે કે, 'મહેશ દવે આપણા નવી વાર્તાના સન્માન્ય લેખકોમાં પોતાનું આદરભર્યું સ્થાન આપોઆપ મેળવી લે છે.' આ વાર્તાસંગ્રહ 'વહેતું આકાશ'માં રહેલી વાર્તાઓ સર્જકની સર્જનક્ષમતાનો અવનીય પરિચય કરાવે છે. આવા આહ્‌લાદ્‌ક વાર્તાસંગ્રહ ઉપર પ્રશ્ન ઉઠાવતાં ગુલાબદાસ બ્રોકરે પ્રસ્તાવનામાં એમ પણ લખ્યું છે કે, "હર્ષ નિર્ભેળ આનંદ પ્રેમની ઉપલબ્ધિનો આહ્લાદ કેમ ઝાઝો દેખાતો નથી." 'વહેતું આકાશ'

વાર્તાસંગ્રહની 'મોહેંજો દડો' વાર્તાનું હિન્દીમાં અનુવાદ પણ થયેલું છે. રાધેશ્યામ શર્માએ મહેશ દવેની 'વહેતું આકાશ' વાર્તાસંગ્રહની 'આ બાજુ' વાર્તાનું પોતાની 'નવી વાર્તા' નાં સંપાદનમાં વિવેચન કરેલું. આમ મહેશ દવેનો ખૂબ જ લોકપ્રિય બનેલો વાર્તાસંગ્રહ 'વહેતું આકાશ' ને ગુજરાત સરકારનું પારિતોષિક પણ મળેલું.

મહેશ દવેનો 1977માં પ્રગટ થયેલો બીજો વાર્તાસંગ્રહ 'મુકાબલો' એકવીસ વાર્તાઓથી સંગ્રહિત છે. આ 'મુકાબલો' વાર્તાસંગ્રહમાં ટ્રેડીશનલ અને આધુનિક એમ બંને પ્રકારની વાર્તાઓનો સમન્વય જોવા મળે છે. આ વાર્તાસંગ્રહની શરૂઆતમાં સર્જકે અવાજનો સ્ત્રોત રજૂ કર્યો છે. મૌનનો અવાજ પોલાણમાં ઘસી જતો અવાજ જે ભયભીત કરે એવો છે. 'મુકાબલો' વાર્તાસંગ્રહના આરંભમાં મૂકેલી પંક્તિઓ હતાશાજનિત શૂન્યતાની અનુભૂતિ અતિ વેધક રીતે પ્રગટ કરે છે.

મહેશ દવેએ 'વહેતું આકાશ' અને 'મુકાબલો' એમ બે વાર્તાસંગ્રહોનું સર્જન કર્યું છે. આ સર્જકે પોતાના સાહિત્યકાળમાં બે વાર્તાસંગ્રહોનો આસ્વાદ ભાવકોને કરાવ્યો છે. આમ, કવિ મહેશ દવે પાસેથી ચાર દાયકા જેટલા લાંબા સમયગાળામાં આંગળીના વેઢે ગણી શકાય એટલી જ નવલિકાઓ મળે છે. સર્જક કોઈ અગમ્ય કારણોસર નવલિકા સર્જનથી દૂર જતા રહ્યા છે.

આમ, ઘણીવાર આવા પ્રયોગાત્મક સર્જનને પાંખવાને બદલે વિવેચકો તેને પામ્યા પહેલા જ ઉવેખવાની વૃત્તિ ધારાવતા હોય છે અથવા સર્જનના તથ્યો- તારણો સુધી પહોંચ્યા પહેલા તેને દુષ્કર ગણીને તેનાથી દૂર રહેતા હોય છે. જેના પરિણામ સ્વરૂપ પ્રયોગશીલ સાહિત્યકારોને વધુ નૂતન પ્રયોગો કરવા માટે પ્રેરણા મળતી નથી અને સર્જનશીલતા સાથેની પ્રયોગશીલતા સંકુચિત બની જાય છે. આવા સત્વશીલ અને પ્રયોગશીલ સાહિત્યાકાર મહેશ દવેની વાર્તાઓ સાહિત્યમાં એક અનેરું સ્થાન ધરાવે છે.

મહેશ દવેનો એકમાત્ર એકાંકીસંગ્રહ 'મને દ્રશ્યો દેખાય છે' ગુજરાતી સાહિત્યમાં ઍબ્સર્ડ નાટકોના અવતરણો સમા આ એકાંકીઓ મહત્વપૂર્ણ છે. તેમણે ઍબ્સર્ડ શૈલીના એકાંકીઓ સર્જવાનો સફળ પ્રયાસ કર્યો છે

વીસમી સદીના પાંચમાં દાયકાથી દસમાં દાયકા દરમિયાન ગુજરાતી સાહિત્યમાં એકાંકી ક્ષેત્રે વસ્તુ-વિગત, રચનાશૈલી, રંગમંચ ક્ષમતામાં નૂતન અને વ્યક્તિગત પ્રયોગો થવા લાગ્યા. આ એકાંકીમાં નિરુપિત જીવન, સ્થાળકાળનાં નવીન પરિમાણો, નવીન અર્થાંતરો અને તેને માટે અનિવાર્ય ભાષાની શોધ લાભશંકર ઠાકર, મધુરાય, આદિલ મન્સૂરી, મુકુન્દ પરીખ, ચિનુ મોદી, સુભાષ શાહ, ઇન્દુ પુવાર, શ્રીકાંત શાહ, મહેશ દવે વગેરેનાં એકાંકીઓમાં તેના મંડાણ થઇ ચુક્યા હતા.

આમ, મહેશ દવેના એકાંકી આગળની પેઢીના એકાંકીકારો કરતાં ઘણીબધી બાબતોમાં ભિન્ન જોવા મળે છે. વાચકને નાટક સાથે પોતાને સાંકળવા માટે પોતાના વિચારો, સમજ અને ઈચ્છાઓને બદલવી પડે છે. એકાંકીકાર મહેશ દવેનાં એકાંકીઓ માત્ર કલા સ્વરૂપ, રચાનારીતિ કે ભાષા બાબતે જ નહિ પણ જીવન, જગત અને કલાવિષયક વિચારોનેય નવીન દ્રષ્ટિએ જોવા ફરજ પાડે એવા છે.

એકાંકીકાર મહેશ દવે પાસેથી માત્ર એક જ એકાંકીસંગ્રહ ‘મને દ્રશ્યો દેખાય છે’ મળે છે. પરંતુ સંખ્યાની દ્રષ્ટિએ વધારે એકાંકી ન આપનાર સર્જક મહેશ દવેના એકાંકીઓને ગુજરાતી સાહિત્યના મહત્વના સંપાદનોમાં સ્થાન પ્રાપ્ત થયું છે.

ગુજરાતી સાહિત્ય પરિષદના વિનોદ અધ્વર્યુ સંપાદીત ‘એકાંકી સંચય-૨’માં એમનું ‘બૂમ’ એકાંકી સમાવિષ્ટ થાય છે. ગુર્જર ગ્રંથરત્ન કાર્યાલયના સતીશ વ્યાસ સંપાદીત ‘અદ્યતન એકાંકી સંચય’ માં એમના ‘લોહી વરસતો ચંદ્ર’ એકાંકીનો સમાવેશ થાય છે અને તેમના આ એકાંકીઓમાં ‘લોહી વરસતો ચન્દ્ર’ એકાંકી સર્જકને સૌથી વધુ યશ અને નામના અપાવી જાય છે. તેમના આ એકાંકીઓમાં ઍબ્સર્ડડીટિના વિચારો તાર્દશ રીતે પ્રગટ થયા છે. મહેશ દવેનો એકાંકીસંગ્રહ ‘મને દ્રશ્યો દેખાય છે’ ને ગુજરાતી સાહિત્ય પરિષદનું સ્વ. બટુભાઈ ઉમરવાડિયા પારિતોષિક પણ મળેલું છે. જે અત્યંત સમ્માનની વાત છે. આમ, આધુનિક ગુજરાતી એકાંકી સાહિત્યમાં મહેશ દવે નું સ્થાન યથાતથ છે.

-: પાદનોંધ :-

1. સાક્ષરનો સાક્ષાત્કાર : 3-રાધેશ્યામ શર્મા, પૃષ્ઠ નં-70
2. શબ્દલોકના યાત્રીઓ-રમણલાલ જોશી, પૃ-190

2

મહેશ દવેની વાર્તાઓનો સઘન અભ્યાસ

<u>'વહેતું આકાશ'વાર્તાસંગ્રહની વાર્તાઓનો અભ્યાસ</u>

મહેશ દવેનો વાર્તાસંગ્રહ 'વહેતું આકાશ' જેને આપણે નવીન વાર્તાઓનો સંગ્રહ કહી શકીએ. આ વાર્તાસંગ્રહ મહેશ દવેની એક અનોખી પ્રતિભાને છતી કરે છે. આ વાર્તાઓની ભાષા, શૈલી, રીતિ, અભિવ્યક્તિ આ સર્વમાં નવીન વાર્તાના લક્ષણો ઉજાગર થાય છે. મહેશ દવે કૃત 'વહેતું આકાશ' વાર્તાસંગ્રહનો પ્રધાન સૂર વેદના છે. આ વેદના સર્જકની આ સંગ્રહની મોટા ભાગની વાર્તાઓમાં પ્રગટ થતો જોવા મળે છે. 'આ બાજુ' વાર્તાની ટીમી અને એની બામાં, 'વિક્રિયા' ની 'ઈશામાં' તથા 'ગીધ' વાર્તાના 'પ્રીતમલાલ' અને 'સંધ્યા'માં પણ સામાજિક વેદનાની છાયા પ્રગટ થાય છે. તો બીજી ઘણીબધી વાર્તાઓમાં પાત્રોની લાગણીની આસપાસ વીંટળાયેલી વેદના જોવા મળે છે. સર્જકની અભિવ્યક્તિ કલા એવી પાવરધા છે કે તે વાચક એ વેદનાનો તીવ્ર અનુભવ કરાવીને જ જંપે છે.

'વહેતું આકાશ' વાર્તાસંગ્રહની વેદનાનો અનુભવ કરાવતી વાર્તા 'વિક્રિયા' માં એક વેધક વાક્ય આવે છે:

"ઘરને ખૂણેખાંચરે સુખ ભૂત બનીને સંતાકૂકડી રમતું હતું." [1]

આ માત્ર એક જ વાક્ય દ્વારા લેખક આ ઘર અને તેમાં વસવાટ કરનારા મનુષ્યની વેદનાને કરુણતાથી વ્યક્ત કરે છે. આ રીતે માત્ર એક વાક્ય કે વાક્યખંડ દ્વારા સર્જક આ વાર્તામાં જીવનનો સંપૂર્ણ મહત્વપૂર્ણ ખંડ તેના પરિણામ સાથે છતો કરી દે છે. અહીં વાર્તાની નાયિકા ઈશા છે અને એનો પતિ ચેતન છે. આ બંને એવા ઘરમાં રહે છે જે ઘરને ખૂણેખાંચરે સુખ ભૂત બનીને સંતાકૂકડી રમી રહ્યું છે. આવા ઘરમાં આ દંપતી કેવી રીતે આવ્યા ? એ દર્શાવતા વાર્તાકાર લાખે છે કે,

"નવ વર્ષ પહેલાં ચેતન અને મસ્જિદની જોડેની દરજીની દુકાનના ઓટલે મળ્યો હતો. એ એના દોસ્તો જોડે હસતો હતો. તે હાસ્યમાં લુચ્ચાઈનો ભાવ હતો. તે ઈશા જાણતી હતી. તે છતાં એનાથી અનાયાસે હસી પડાયું. તે હાસ્ય ચેતનને ચોખંડી પાર્ક, હોટલોની ફેમીલી રૂમમાં, જામતી રાત્રિની શૂન્યતા પીતી પોળોનાં ઊંઘતાં મકાનોને ઓટલે; કોલેજોનાં વેકેશનોમાં; લગ્ન સમારંભમાં પડતી સાંઝોના સળવળાટમાં ખેંચ્યો, ને આખરે પથારીમાં પડેલી અંતકાળે ખાંસતી માની આંખમાં ગોઠવ્યો." [2]

ઘણાં ગુજરાતી વાર્તાકારો વાર્તાકથનની જૂની રીતિને વળગી રહી નાની અમથી વાત કરવા માટે અઢળક પાનાંઓ ભરતા હોય છે. એ સર્જકો ત્રણ-ચાર પાનાંઓ દ્વારા જે નિરૂપે છે. એવું નિરૂપણ મહેશ દવે વાર્તામાં માત્ર ત્રણ-ચાર વાક્ય દ્વારા પ્રગટ કરી આપે છે. જુઓ-

"પછી, જોયેલી ફિલ્મો દૂર ને દૂર સરકતી ગઈ. બિલ્ડિંગના ધાબા પરની ટાંકીની છાયાના સાંકડા અંધકારમાંની ગુફતેગુ, બિલ્ડિંગના પાયાઓની છેલ્લી ઈંટો નીચે દબાઈ ગઈ થોડાંક ખારાં પાણી પીધાં; ખાટી વાસની માદકતાની લહેરોને જોસથી ફંકાતાં પવનોએ ફગોળી દીધી - ને - બે વચ્ચે એક વસ્તુ ચલાવી લેવાના પ્રસંગો આવ્યા - ને - વસ્તુઓ વધતી ચાલી, ઓછી થઈ, વધતી ચાલી - ને" [3]

આમ, આ સમગ્ર વાર્તામાં પ્રેમ કરીને પરણેલા મનુષ્યને, નવ-નવ વર્ષથી દામ્પત્યજીવન ચલાવતા મનુષ્યને રહેવા માટે એવા ઘરમાં જવું પડે કે જ્યાં કોઈ માણસ ઘરમાં રહેલી નારી માટે કહે છે,

"હવે થોડાં દા'ડામાં કારવાળાં ગરાક આ આંગણે સમજ... અરે, સાવ ભોળી છે... પટાઈ ગઈ સમજ." [4]

એ ઘર પણ એવું જ છે. આ ઘર બદલવાની આશાએ બીજું ઘર એનાથી પણ વધારે જુગુપ્સાજનક મળી રહે ત્યારે પત્નીને કચવાતે મને કહેવું પડે :

"ચેતન, આપણું પેલું ઘર બરાબર છે." [5]

આ વેદનાજનક પરિસ્થિતિ આખી વાર્તા વાંચતા નજર સમક્ષ તરી આવે છે. એક હાસ્યના તંતુ દ્વારા જીવનો જોડાય એ રોમાન્સ સાહિત્યનો વિષય રહ્યો છે. પણ એ સંકળાયેલા જીવન વર્તમાનના વિષમમાં કેવા વિષમ બની, 'લાળના રેલાની જેમ રસ્તા પર રેલાઈ જાય છે.' અથવા આવાં, 'જેમાં સુખ ઘરને ખૂણે ખાંચરે ભૂત બનીને સંતાકૂકડી રમે, વ્યંઢળની જેમ હીહીકાર કરે, ટાબોટા પાડે' એવાં, ઘરોમાં રેલાઈ જાય તેની વેદના વ્યક્ત કરવા માટે સર્જકમાં સામર્થ્ય હોવું જોઈએ, એ સામર્થ્ય જોવા મળે છે.

મહેશ દવેની વાર્તાઓમાં વેદનાને શોધવા મથામણ કરવી પડતી નથી. મહેશ દવેની વાર્તામાં વેદના અભિવ્યક્તિ પામે છે એમ કહેવા કરતાં એમની વાર્તા જ વેદનાનું સ્વરૂપ ધારણ કરી પ્રગટ થાય છે, એમ કહેવું વધારે યોગ્ય લાગે છે. આ વેદનાનું ઉત્તમ દ્રષ્ટાંત આપણને 'દસવિદાનિયા' વાર્તામાં પણ જોવા મળે છે. 'દસવિદાનિયા' રશિયન ભાષાનો શબ્દ છે. જેનો અર્થ 'આવજો' થાય છે. આ સમગ્ર વાર્તામાં શરૂઆતથી અંત સુધી વેદના વેગ ધરાવતી જોવા મળે છે. તેથી વાર્તાનો નાયક અંતમાં કહે છે કે,

"...આજે તો મજા પડી ગઈ. એ, આ પહોંચ્યા પાવર હાઉસની ચીમનીઓના પ્રદેશમાં, ચાર પેડલ આમ કે તેમ, એટલે ઘર આવી પહોચ્યું સમજો. વચ્ચે એકાદ દોસ્ત મળી જાય તેને કહી દઉં કે 'યાર છોડ, કૉમેડી જોઈને આવું છું. મજાની જેરી લૂઈસની કૉમેડી. આ ફિલ્મવાળા મૂઆ અજબનું હસાવે છે - અચ્છા આવજે.' [6]

અહીં કૉમેડી દ્વારા ટ્રેજેડી છુપાવવાનો પ્રયત્ન જોવા મળે છે. આ આધુનિક મનુષ્યની ગાથા છે કે એને હાસ્ય દ્વારા આંસુને છુપાવવા પડે છે. અહીં વાર્તામાં તમે જેને ઝંખતા હોય, ઈચ્છતા હોય, જેના મિલનની ઈચ્છા હોય એને માત્ર 'અવાજો, આવજો' કહીને ભૂલી જવાનું હોય જે

ભૂલી પણ ન શકાતું હોય એવી વેદના જોવા મળે છે. આ 'આવજો' ના ઉચ્ચારણ નીચે પણ તમારી અંદર ધબકતું હોય અને છતાં દૂર દૂર હોય, એને પોતાની નજીક લાવવાની ઈચ્છા છતાં દૂર ને દૂરથી જ યાદ કરવાની પરિસ્થિતિ ઊભી થતી હોય ત્યારે જે વેદના થાય તે વેદના વાર્તાનાં અંત સુધી વેદનાને જ પ્રગટ કરે છે.

મહેશ દવેનો વાર્તાસંગ્રહ 'વહેતું આકાશ' માં 'દસવિદાનિયા' વાર્તામાં મિલનની સમસ્યા કે અશક્યતાની પ્રતીતિ એ જન્માવેલી વેદના પ્રતીત થાય છે તો 'આકાશ' વાર્તામાં પણ સતત વેદના જ ઝરતી જોવા મળે છે. વાર્તાના નાયક અને મોનાના સંબંધમાંથી જન્મેલી વેદના, વહી જતા આકાશની નીચે ખાલી ખાલી હૃદય લઈને બેઠેલા મનુષ્યની યાદોની વેદના, અજિતના અને પોતાના સંબંધમાંથી જન્મતી વેદના અને બીજી એવી ઘણીબધી તીવ્ર અને વ્યથાકારક વેદનાની આ વાર્તામાં અનુભૂતિ થાય છે. મનુષ્ય પોતાની 'હું' પિતાની ઓળખ ગુમાવી બેઠેલો હોય છે. એ પરિરિસ્થતિમાંથી ઊભી થતી વિષમ વેદના પણ આ 'આકાશ' વાર્તામાં જોવા મળે છે. જ્યારે કોઈ તડપ હોય પરંતુ એ તડપ પણ અર્થવિહીન હોય અને એ તડપ જેના માટે હોય એ વ્યક્તિ હંમેશા માટે ચાલી ગઈ હોય, એને ભૂલવું હોય પણ એ ભૂલવું પણ અશક્ય હોય ત્યારે વાર્તાનો નાયક કહે છે કે,

'મોના કદી ભૂલાતી નથી. નામો જ માત્ર - ભૂલાય.' [7]

અને મિલન પણ જ્યારે

'આઈન્સ્ટાઈન નામના રબ્બરે' [8]

એટલે જ મિલનની આશાને રબ્બરથી ભૂંસી નાખી હોય આ વિષાદ વેદનાને પરાકાષ્ઠાને પ્રગટ કરે છે. પોતાની 'હું' ની ઓળખ ગુમાવવાની વાત કરતાં નાયક કહે છે કે,

"મારા સાથીદારે મને ખભો પકડી ખેંચ્યો. એના હાથમાં મારા 'હું' ના ત્રણેય હુક ભરાઈ ગયા." [9]

આમ, આ રીતે મહેશ દવેનો વાર્તાસંગ્રહ 'વહેતું આકાશ' ની મોટાભાગની વાર્તાઓમાં મુખ્યત્વે વેદના જ નીતરી આવે છે. આ સમગ્ર વાર્તાઓમાં દુઃખ, દર્દ, નિરાશા, હતાશા અને કડવાશ ભારોભાર ભરાયેલા જોવા મળે છે. હૃદયથી તોડી નાખે એવા વક્રદ્રષ્ટિથી પ્રેરાયેલા કટાક્ષો પણ જોવા મળે છે. અહીં વાર્તાઓમાં હાસ્ય પ્રગટ

થાય છે. પરંતુ તે વેદનાને સાથે લઈને આવે છે. અહીં હાસ્ય સુખનું નથી અને સુખ એ સર્જકે 'વિક્રિયા' વાર્તામાં કહ્યું એમ ઘરને ખૂણેખાચરે ભૂત બની સંતાકૂકડી રમતું પ્રતીત થાય છે. આ વાર્તાઓમાં નિર્ભેળ હાસ્ય અને આનંદ ભાગ્યે જ જોવા મળે છે.

મહેશ દવે કૃત 'વહેતું આકાશ' વાર્તાસંગ્રહની 'સદેવંત, એણે કહ્યું: સાવળિંગા' વાર્તામાં સર્જકની ભાષાસિધ્ધિ જોવા મળે છે. તંગ, રંગ, પતંગ વગેરે શબ્દોથી ગદ્યની એક લયાન્વિત મુદ્રા કર્ણપટલ પર રચાય છે. સ્કર્ટ ઊડયું ફરે ફરે, ઠક ઠક ઠક..., ફરૈક ફર, ખદખદ... જેવા ધ્વનિરૂપ શબ્દો વિરોધ ધ્યાન ખેંચે છે. વાર્તાની શરૂઆતમાં જ નાયક એક મોટા બિલ્ડિંગના દાદરનાં પગથિયાં પર પગ પર પગ ચઢાવી કોઈની વાટ જુએ છે. જેનું કોઈ નામ કામ નથી માત્ર 'ફેર લેડી' ની રાહ જોવાયાનું કહેવાયું છે. થોડાંક દ્રશ્યો પછી કેટલાક નામો અહીં પ્રગટ થાય છે:

"એટલે તો રાશીમાંથી સરલા, સરલામાંથી શોભા, શોભામાંથી સ્મિતા, સ્મિતામાંથી સંધ્યાની ડાળીઓ ફૂટવા લાગી, પાન ખરતાં ગયાં, કૂંપળીઓ હાલતી ગઈ અને શ્રધ્ધા વચ્ચે મનુનો દેવ ચપ્પટ થઈ ગયો અને લોહી નીતરી ગયું છે." [10]

અહીં આ વાર્તામાં નાયકને નીચે બેસીને વિચારવાનું મન થાય છે. અહીં સંધ્યાની ડાળીઓ ફૂટવાનો પ્રસંગ મૂકાયો છે. પહાડોના પ્રવાસે જતાં બસમાં સંધ્યાની સ્વતંત્રતાને નાયક આમંત્રણ સમજે છે અને બંને જીવિતો શિવલિંગ જોડે જર્જર મંદિરમાં રાત રહ્યા ત્યારે સંધ્યાએ, પુરાણી મધ્યકાલીન દંતકથાના નાયકને સ્મરી કહ્યું : સદેવંત ! નાયકે સામે કહ્યું : સાવળિંગા ! અહીં સદેવંત અને સાવળિંગા વચ્ચે રસપ્રદ સંબંધ છે, લેખક નિરૂપણ કરતાં લખે છે કે,

"એ જાગ્યાં, ભાગ્યાં, સરોવરના પાણીમાં એ માછલી માછલીની રમત રમ્યાં. ઝાડ પર ચઢીને વાંદરા વાંદરીની રમત રમ્યાં ! જામફળવાળીના ઝૂંપડામાં એ નારાયણ - નારાયણીની રમત રમ્યાં અને અંતે જ્યારે એ સાથીઓના વૃંદમાં સામેલ થયાં ત્યારે એમણે બધાંને એમણે સંશોધેલા પ્રાચીન અર્ધનારીશ્વરના અવશેષોની વાત કહી સંભળાવી. પહાડો ઓગળી ગયા. રમત રમત બની ગઈ. સદેવંત સાવળિંગાની ચાર આનાની ચોપડી ફૂટપાથ પર વેચાઈ રહી. રસ્તા

પરથી પોલીસવાનો પસાર થઈ રહી ને ફેરિયાઓ ચોપડી વેચવી મૂકી ચાલતા થયા." [11]

અહીં આવી રમતનો ઉલ્લેખ વાર્તાના આરંભમાં પણ નાયક દ્વારા આ વાક્યમાં આવે છે : "આ અંધારામાં પણ તું એવી બચ્ચી રહી ઘરઘર રમતી ?" અહીં સાંસારિક ક્રિયાઓ વ્યાપક ક્રીડા દર્શાવે છે. માછલા - માછલીથી માંડી અર્ધનારીશ્વર પર્વતની રમત અહીં આલેખવામાં આવી છે. સદેવંત અને સાવળિંગા નામનો ઉલ્લેખ છેક કૃતિની મધ્યમાં આવે છે. પ્રવાસ દરમિયાન થયેલ હાસ્ય, હાસ્યમાંથી સ્નેહ - વિકસનમાં સંધ્યા નાયકની અંદર સ્નેહનો ઉદ્.ગાર જોતાં શિવાલયના સંનિવેશ વચ્ચે એને 'સદેવંત' કહે છે એ ક્ષણનો સૂચક ઉપયોગ થયો છે.

'સદેવંત', એણે કહ્યું: 'સાવળિંગા' વાર્તાનો આરંભ દંતકથાઓની જેમ પ્રેમીઓના આલેખનથી પરમ ઉચ્ચ કક્ષાની યાત્રા સુધીનો છે. અહીં રમત હોવાથી એમાં પ્રેમ કરવાનો હેતુ બહુ મહત્વનો છે. વાર્તામાં સર્જક લખે છે કે,

"આ અન્યજનજગતવસુંધરાનું અસ્તિત્વ જ્યાં સુધી રહેશે ત્યાં સુધી ભાગ્યે જ એક ક્રિયાના કાણામાં બંને સમાઈ શકશે તેવી પ્રતીતિ જ્યારે શશીને થઈ ત્યારે એણે એને કહ્યો હરામખોર." [12]

અહીં નાયકને શશી 'હરામખોર' કહે છે. કારણ કે બંને એક ક્રિયાના કાણામાં સમાઈ શકશે નહીં. આથી બેમાંથી એક થવાની અસહ્ય વેદના સર્જક પ્રગટ કરે છે. અન્ય સર્વ જનને બાકાત કરીને તેના એક થવાની પ્રક્રિયામાંથી ગુજરી એક ક્રિયાના છિદ્રમાં સમાવાનું ઓબ્સેશન અહીં સરસ રીતે શબ્દસ્થ થયું છે. આ વાર્તામાં સર્જકે 'કાણું' જેવા તળપદી શબ્દ દ્વારા અનેકમાંથી એક થવાની, અનેકમાં એક જોવાનો આરંભ અને અંતે બેમાંથી એક થવાની પ્રસવપીડાનો સંદર્ભ રજૂ કર્યો છે.

"-પણ ગ્રાઉન્ડમાં ખીલો ઠોકતાં આવડવું જોઈએ ને!" [13]

આ સંવાદ દ્વારા સર્જકની વર્ણનકલાનો પરિચય મળે છે. આ 'અન્ય જન જગત વસુંધરા' ની બાદબાકીની યાદીમાં શું શું આવે ? નાયકની બોલચાલની રીતે કહેવું ઘટે કે શું ના આવે ? હાઈવે પર બે ખટારાની ભીંસમાં એક માણસ ચપ્પટ થઈ ગયો. એ 'ખતરનાક અકસ્માત' ની વાત પણ વસુંધરા પર જ સંભવી છે. એને ભૂલી જવા નાયક વિચારે

છે કે તીખી શેવ, લીલાં મરચાં પર એક ગ્લાસ મીઠી લસ્સી પીવી જોઈએ. લસ્સીને જીવન સાથે સરખાવી એના માટે 'એન્ટિસેપ્ટિક' શબ્દ પ્રયોજવામાં આવ્યો છે. અહીં આધુનિક નાયક છતો થાય છે. અકસ્માતની ઘટના વિશે સર્જકે નોંધ્યું છે : આ શરીર - વિસર્જન ક્રિયા જોઈને શશીને મળવા જવાનું હતું. અહીં સાવ બેઢંગી, એકાંત ઓરડાની રમતિયાળ ક્ષણોની શૈલીમાં નાયકના મુખે શરીર – વિર્સજનની વાત મૂકતા સર્જક લખે છે કે,

"જલદી જલદી આ શું માંડયું છે, હોહો પેટમાં કંઈક છે, મારૂં. કરો કંકુના, મારો તારો અમર રહેશે સથવારો... મારૂં તારું ને સહુનું શું હોય તે જાણે છે ? જાણું છું... જાણે છે?... 'શું નથી'...

અહીં નાયકના શબ્દો, પ્રતિભા, ઉદ્.ગારો અને તેના વર્તનમાં હળવાશ અને બેદરકારી જોવા મળે છે. આ સંસારને જોવાની નાયકની વૃત્તિ એટલી તીક્ષ્ણ છે કે એની ધાર એની જાતને જ વાગી ન જાય એ જોવાનું રહ્યું. વાર્તામાં શિલ્પી તરીકે બ્રહ્માને વાર્તાના 'હિટલર' ની જેમ લેખક બળાત્કાર કરી લાવ્યા હોય એમ લાગે છે. અહીં 'માં સમજ્જાધિર ફૂલીને રાફડો' બન્યાનું કહેવાયું છે, અને જાણવા અને જીવવા વિશેનો સંવાદ પણ ઉત્તમ છે. એ સંવાદ 'અમર રહેશે સથવારો' પછી પુન: જુદી રીતે રજૂ થાય છે. આ વાર્તામાં લંગડો ભિખારી, 'ચક્રાવા' લેતી ચકલી, નક્ષત્રો બધાની ઉપસ્થિતિ દર્શાવી સર્જક લખે છે કે,

"એક ન કલ્પી શકાય તેવો વિરાટ શૂન્યકાર ચારે બાજુ પથરાયેલો છે તે શું નથી જાણતો? આ વાર્તામાં અસ્તિત્વનો અર્થ, નાસ્તિની હસ્તી અને અંતે વિરાટ શૂન્યકાર જોવા મળે છે. નાયકને જેની પ્રતીક્ષા હતી તે છેક અંતે આવે છે. નાયક 'કાયમ' હસતો તે પ્રમાણે હસવા લાગે છે. ઉભય વળાંકમાં અદ્રશ્ય થાય છે. અંતે લેખક બિલ્ડિંગ પાસે ઉભા રહીને ગવડાવે છે :

"જીવો છો.
જીવીએ છીએ.
શું જીવો છો.
શું નથી જીવતા." [14]

અહીં 'શું' વાળા પદ પાછળ પ્રશ્નાર્થ નહિ પરંતુ પૂર્ણવિરામ મૂકવામાં આવ્યા છે. સર્જકની દુનિયામાં દિવસ પર નાયક જેવો 'હરામખોર'

અને 'સિફિલિટિક' છે, અને સૂર્ય અલ્લેલટપ્પુ છે, તો નક્ષત્રો આંખો જેવા છે. વાર્તાની શરૂઆતમાં જ નાયકની નજર સમક્ષ જે દ્રશ્યો પસાર થાય છે એમાં સિનિસિઝમ પ્રગટ થતું જોવા મળે છે. જે અતિરંજિત લાગે છે. ઉ.દા. અશ્વત્થામાના કીડા પટાવાળાની બોચી ઉપર. પરંતુ આ સર્વનો અસ્વીકાર કરીને વાર્તાને માણી શકાય નહિ. તે આગંતુક નથી. વાર્તાની ભીતર રહેલો એક ભાગ છે. એન્જિનની જળટાંકી પર પ્રગટ થતું મારુતિનું ચિત્ર સર્જકની વાસ્તવિક્તાને પ્રગટ કરી વક્રીભૂત ટિખળનો પરિચય કરાવે છે. અહીં બેમાંથી એક થવાની મથામણમાં ટૂંકી પ્રશ્નોતરીમાં ઉત્તર જોવા મળે છે. નાયક જ્યાં બેઠો છે ત્યાંથી 'બેન્ડ - વાજાં પાંઆં ધીનધા ચલી કૌનસે દેશ' બજાવતાં પ્રસાર થાય છે. ત્યાં વાદકોના પોશાક 'સૈનિકો જેવા' જોવા મળે છે. હાથમાંના છત્રીવાજાં જાણે મશીનગનો પ્રતીત થાય છે. અહીં નાયકના હૃદયમાં દ્રશ્યો અને ધ્વનિઓને કારણે યુધ્ધ ચાલતું હોય એવું પ્રતીત થાય છે.

'વહેતું આકાશ' વાર્તાસંગ્રહની 'સદેવંત, એણે કહ્યું: સાવળિંગા' વાર્તામાં પ્રયોજાયેલા શબ્દો ગદ્યની લયાન્વિત મુદ્રા પ્રગટ કરે છે. સ્કર્ટ કેવું ઊડયું ? તે કે ' ફર્ ફર્ લારી ફરતે ચલ્લીઓનું ટોળું ફર્રક ફર્. વેલ ફેડ કાફ જેવી છોકરી ? લસરક દોડી જતી રીક્ષા? ઘસરક પટાવાળાના અશ્વત્થામા - કીડા ? ખદ્ખદ્ વરરાજા પાછળની સ્ત્રીઓ ? ઝાંરઝેટની. આ રીતે અધૂરા વાક્યો, શાબ્દિક ક્રિયાઓને ધ્વનિરૂપ આપીને વિશિષ્ટ ભાવ ઉત્પન્ન કરવામાં આવ્યો છે. અહીં લેખકની બહુરૂપી ભાષાના દર્શન થાય છે.

મહેશ દવે કૃત ‘વહેતું આકાશ’ વાર્તાસંગ્રહની લગભગ બધી વાર્તાઓમાં એક સર્વસામાન્ય તત્વ જો કોઈ હોય તો એની લાઘવતા અને કથનની વિશિષ્ટ રીતિ છે. આ લાઘવતા સર્જકનાં કવિત્વભર્યા, કટાક્ષભર્યા, અનુભૂતિને પ્રગટ કરતાં વાક્યો અને વાક્યખંડો, ચિત્રાત્મક અને ભાવાત્મક સંવાદોમાં વિશિષ્ટ રીતે પ્રગટ થતી જોવા મળે છે. ભિન્ન-ભિન્ન ચિત્રો અને ભિન્ન-ભિન્ન ભાવો કલમનાં એક જ લસરકે ઊભા થઈ જતા જોવા મળે છે.

"એ ઝૂકેલા ટાલવાળા માથા પર બાજુમાં પડેલો સ્ટેમ્પ ચોડી દેવાનું મન થઈ આવ્યું." [15]

"એણે સ્લેક્સ અને સ્કાર્ફમાં ભૂતકાળની ફ્રેઈમ આબાદ છુપાવી હતી." [16]

"ઘોડાં પર ફૂલોનો વરરાજાને પાછળ ઝરી ઝાંરઝેટની સ્ત્રીઓ." [17]

અહીં આ વાક્યોમાં વ્યંગ અને કટાક્ષ ભરપૂર માત્રામાં જોવા મળે છે. અહીં લાઘવતાને અર્થપૂર્ણ બનાવતી વસ્તુ તે ગોળગોળ ચકરાવો લેતી લેતી, અણધાર્યા ઉપાડથી શરૂ કરીને - અણકલ્પ્યા અંતમાં પરિણમતી જોવા મળે છે. કોઈ એક જ વાતને કહેવા માટે અનેક આડવાતોનો, સંદર્ભોનો, ટુકડાઓનો, સૂત્રોનો આધાર લઈને આગળ ધપતી વાર્તાસંગ્રહની વાર્તાઓ એક સચોટ, અદ્ભૂત ભાવ કે અનુભૂતિને વાચકના અંતઃ કરણમાં ઉતારે છે. વાર્તાકથનની આવી સ્થિર રીતિ અહીં જોવા મળે છે. આવી રીતિના અંશો નવીન વાર્તાના પુરસ્કર્તા તરીકે મહેશ દવેની શૈલીમાં જોવા મળે છે. આ સમગ્ર રીતિને મોટા પાયા ઉપર માત્ર મહેશ દવેએ જ અજમાવી છે. નવીન વાર્તાના કથનની અનેક આકર્ષક ઉપપત્તિઓમાંની આ પણ એક ઉપપત્તિ અવશ્ય ગણી શકાય. વાર્તાકથનની આ રીતિ light essay – સાહિત્યિક નિબંધ સ્વરૂપની છે. જેમાં ગોળગોળ સીડી ચડતાં હોય એ રીતે વાતો થતી. એક વાતમાંથી બીજી વાતમાં જતાં જતાં કયાંના ક્યાં પહોંચી જતા અને આખરે પાછા મૂળ વિચારોનો પકડી પાછા શરૂઆતની વાત પર આવી જતા.

આ 'વહેતું આકાશ' વાર્તાસંગ્રહની વાર્તાઓમાં વપરાતી રીતિ આ light essay ની એટલે કે સાહિત્યિક નિબંધ કક્ષાની છે. ભિન્નતા માત્ર નિબંધમાં અને વાર્તામાં હોય એટલો જ છે. એક ભાવ સાથે સંવેદનાની સચોટ અને સબળ અસર લાંબા સમય સુધી ભાવકના હૃદય ઉપર વસી જાય એનું જ નામ વાર્તા. તો કેટલીક વાર્તાઓમાં ચલચિત્ર રીતિનો પણ ઉપયોગ થયો છે. ચલચિત્ર દ્વારા સમગ્ર ચિત્ર ઊભું કરવામાં આવ્યું છે. જેમકે,

"તંગ કપડાંમાં પ્રસ્વેદથી બદન ઢીલું પડતું જાય છે. પટપટતી આંખોમાં એક પછી એક રંગોની ઝલક ઝિલાય છે. પતંગિયાની ગતિથી એક રકર્ટ દાદર ઊતરતું નીચે ધસી આવે છે. સ્કર્ટમાંથી જાણે લસર્યા હોય તેવા બે બદામી પગ સ્થિર થઈ એની સામે ટીકી રહે છે : બોલે છે : આવવું છે ? My Fair Lady!" [18]

આ વિશિષ્ટતા છે આ 'વહેતુ આકાશ' વાર્તાસંગ્રહના સર્જક મહેશ દવેની. એમની આ સાહિત્યિક નિબંધ કક્ષાની રીતિ આપણને આ વાર્તાસંગ્રહમાં ઘણી બધી જગ્યાએ સચોટતાપૂર્વક પ્રયોજાયેલી જોવા મળે છે. 'વિક્રિયા', 'આકાશ', 'દસવિદાનિયા', 'મોહેંજો દડો' વગેરે વાર્તાઓ એના ઉત્તમ દ્રષ્ટાંતો લેખી શકાય. ઘણીબધી વાર્તાઓમાં કથન ગોળ - ગોળ ચક્કર લઈ, કોઈક લાગણીને વિશિષ્ટ રૂપે વેદના અને વિષાદને મમળાવી અંતે કથા પૂરી થઈ જાય છે. પરંતુ એમાં લાગણી સુરેખ બની રહેતી નથી. આ સર્જકની રીતિની મર્યાદા કહી શકાય. જેનાથી સર્જકે સાવધાન રહેવાની જરૂર છે. માત્ર લાગણીવેડાના, sentimentality ના તે ક્યાંક જ ભોગ બન્યા છે, - 'સ્પોટ લાઈટ' માં એ જોઈ રાકાય છે. એમાં પણ બહુ વાંધો નથી. પરંતુ જ્યારે કોઈ સર્જક અમુક કલારીતિને અનુકૂળ થઈને સર્જન કરે છે, ત્યારે તે સર્જકના બધા જ નમૂના એકધારી સફળતા પ્રાપ્ત કરી શકતા નથી અને આ વાર્તાસંગ્રહમાં બધા સારા નમૂના ઘડાઈ આવ્યા છે. એ ખૂબ આનંદની વાત છે. પરંતુ જો આ રીતિ સર્જકની રીતભાત બની જાય તો તે કલાના અમુક ઢાંચામાં જ ઘૂમ્યા કરશે. વાર્તાકથનની ઘણી બધી રીતિઓ છે. આ રીતિવૈવિધ્ય કલાપ્રકારને તેનું મનોરમ સૌંદર્ય અર્પે છે, અને સર્જકને પોતાની ઓળખ ઊભી કરવાની મોકળાશ પણ મળે છે.

આ 'વહેતું આકાશ' વાર્તાસંગ્રહની વાર્તાઓ દ્વારા સર્જકની સર્જકતાના સચોટ દર્શન થાય છે. આ વાર્તાસંગ્રહ દ્વારા સર્જકે ગુજરાતી સાહિત્યને અનેક ઘટ્ટ, સુગ્રથિત અને સુંદર વાર્તાઓ આપી છે. જેમાં વાર્તાકથનની અવનવીન અને આકર્ષક રીતિ જોવા મળે છે. આમ, 'વહેતું આકાશ' વાર્તાસંગ્રહ દ્વારા સર્જક મહેશ દવેનું સ્થાન ગુજરાતી સાહિત્યના નવીન વાર્તાકાર તરીકે સન્માનભર્યું સ્થાન આપોઆપ સ્થિર થાય છે.

'મુકાબલો'વાર્તાસંગ્રહની વાર્તાઓનો અભ્યાસ

સર્જક મહેશ દવેનો પ્રથમ વાર્તાસંગ્રહ 'વહેતું આકાશ' પ્રગટ થયા પછી લગભગ સાત વર્ષ પછી આ બીજો વાર્તાસંગ્રહ 'મુકાબલો' પ્રગટ થાય છે. આ સાત વર્ષ દરમ્યાન નવલિકા ક્ષેત્રે કેટલાય અવનવાં પ્રયોગો થયાં. જેમાં સર્જક અને સંશોધકો દ્વારા આ સાહિત્યને વિવિધ રીતે ચકાસવાના અનેક પ્રયોગો થયાં. આવા નિતનવા પ્રયોગો અને

પરિસંવાદો આ માધ્યમમાં પ્રવર્તતી જાગૃતિના દ્યોતક છે અને તેથી જ સ્વીકાર્ય છે. પરંતુ આ સમગ્ર પ્રક્રિયા દરમિયાન સાહિત્યને આત્મસાત કરતાં ભાવકને પણ નજર સમક્ષ રાખવો જરૂરી છે, નહીં તો નવીન સિધ્ધિ પ્રાપ્ત કરવાના પ્રયત્નોમાં ક્યારેક કૃતિ દુર્બોધ કે દુષ્કર બની ન જાય એ તકેદારી પણ સર્જકે જ રાખવાની હોય છે. 'મુકાબલો' વાર્તાસંગ્રહ માં સર્જકે એ તકેદારી રાખી છે.

'મુકાબલો' વાર્તાસંગ્રહમાં એકવીસ વાર્તાઓ સંગ્રહિત છે. આ વાર્તાસંગ્રહની વાર્તાઓ વિષય વૈવિધ્યને લીધે વિશેષ ધ્યાન ખેંચે છે. 'મુકાબલો' વાર્તાસંગ્રહમાં કેટલીક વાર્તાઓ દામ્પત્યજીવનની તો કેટલીક કૌટુંબિક સમસ્યાની તો કેટલીક એક જ વિષયવસ્તુનું આલેખન કરતી જોવા મળે છે. વાસ્તવિક્તાનું દર્શન કરાવતી કેટલીક વાર્તાઓમાં સર્જકે પ્રણયવૈફલ્યને પણ આલેખ્યું છે.

'મુકાબલો' વાર્તાસંગ્રહની કેટલીક વિશેષતાઓ તરત જ નજર સમક્ષ તરી આવે છે. વાર્તામાં પ્રગટ થતી વેધક ભાષા, કલમના આછા લસરકે ઘણું બધું દર્શાવવાની સર્જકની વૃત્તિ, જાદુગરના ટોપલામાંથી સર્જાતી માયાવી સૃષ્ટિ જેવા સૌંદર્યપૂર્ણ સજીવ શાબ્દિક ચિત્રો, લાઘવતા ધરાવતી કાવ્યપૂર્ણ શૈલી સર્જકની સર્જનશક્તિની વિશિષ્ટતા બની રહે છે.

'મુકાબલો' વાર્તાસંગ્રહની 'રક્તલય', 'આક્રમક', 'મોડેલ' અને 'આપણે એક છીએ' જેવી વાર્તાઓ લગ્નજીવનની નિષ્ફળતાનું વેધક નિરૂપણ કરે છે. પાડોશમાં રહેતી સ્ત્રીને 'મોડેલ' (આદર્શ) ગણીને પોતાની પત્નીને એના જેવી બનાવવાનો પ્રયત્ન કરતો નાયક 'મોડેલ' ના સાચાં સ્વરૂપને જાણતાં બાવરો બની જાય છે. 'આપણે એક છીએ' વાર્તાનું શીર્ષક જ પતિ - પત્ની વચ્ચેનો સંબંધ વિશ્વાસ ઉપર ટકેલો હોય છે એની પ્રતીતિ કરાવે છે. જેનું નિરૂપણ આ વાર્તામાં કલાત્મક રીતે થયું છે.

'મુકાબલો' વાર્તાસંગ્રહની 'સાપની કાંચળી', 'વ્રજમોહન' તથા 'અમ્મા' જેવી વાર્તાઓ પારિવારિક સમસ્યાઓનું નિરૂપણ કરે છે. 'સાપની કાંચળી' વાર્તામાં સર્જક પ્રતીકના ઉપયોગ દ્વારા વેધક નિરૂપણ કરી શક્યા છે. 'અમ્મા' વાર્તામાં પોતાના પતિની બેવફાઈનો આઘાત સહન કરેલી 'અમ્મા' પોતાના પુત્ર સાથે આવેશમાં આવીને

અન્યાય કરી બેસે છે. એનો આઘાત આપીને સર્જક અંતને વધુ સચોટ રીતે પ્રગટ કરે છે. તો પોતાના પતિના હૃદયમાં ઈર્ષા જન્માવવા વિનાયક જેવા યુવાનની સંવદેનાઓ સાથે રમત રમતી વિભા ઘટસ્ફોટ કરે છે. ત્યારે ભાવક વિનાયક પ્રત્યે સહાનુભૂતિ અનુભવતો થઈ જાય છે. ગર્ભશ્રીમંત સસરો અચાનક અકિંચન બની જતાં 'સગાંવ્હાલાં' કેવાં આઘાંપાછાં થઈ જાય છે તેનું કટાક્ષસભર ચિત્ર 'વ્રજમોહન' વાર્તામાં સુપેરે પ્રગટ થયું છે. અહીં કથાવસ્તુ જૂનું જ છે. પરંતુ રજૂઆત પોતાપણાનો ભાવ લઈને પ્રગટ થાય છે.

'મુકાબલો' વાર્તાસંગ્રહની 'ધબકાર' વાર્તામાં પ્રણયભગ્ન સ્ત્રીની સંત્રસ્ત માનસિક દશા નિરૂપાઈ છે. તો 'પ્રવાહ' વાર્તામાં પ્રૌઢ પુરુષનો પ્રણય અને તેની મુશ્કેલીઓ રજૂ થઈ છે. બંનેમાં એકસમાનતા જોવા મળે છે કે, બંનેમાં કશું શ્રમસાધ્ય જણાતું નથી. 'એક માણસ' વાર્તામાં સર્જક બાહ્ય દુનિયામાં દેવી તરીકે પૂજાતી એક ભદ્ર નારીના આંતરિક જીવનમાં ડોકિયું કરાવી આજે ઠેર- ઠેર બની બેઠેલા ઈશ્વર પર તીવ્ર કટાક્ષ કરતાં પ્રતીત થાય છે.

'એક રાત' વાર્તામાં જાતીય વાસનાની વિકૃતિનું અત્યંત ખરાબ પરિસ્થિતિનું ચિત્ર આલેખાયું છે. જેમાં પાશવી રૂઢિપરંપરા વચ્ચે જકડાયેલી નભરુ હરણી જેવી નવોઢાની અત્યંત કરુણ સ્થિતિનું અહીં વાસ્તવિક ચિત્ર જોવા મળે છે. તો જાતીય સુખ ભોગવવા માટે સદા અતૃપ્ત રહેતી શેઠાણીનું પાત્ર 'છેલ્લા શ્વાસ' માં વધુ પ્રભાવશાળી બન્યું છે. આ વાર્તામાં આવતા પાત્રો આપણા સમાજ વચ્ચે વસતાં કેટલાક મનુષ્યોનાં સીમાચિન્હો બની રહે છે. તેથી આ પાત્રો બહારના કે અજાણ્યા લાગતાં નથી. તેથી જીવંત દુનિયામાંથી કલ્પિત કરેલાં આ પાત્રો ભાવકને અજાણ્યા લાગતાં નથી એ સર્જકની સિધ્ધિ લેખાવી શકાય.

'મુકાબલો' વાર્તાસંગ્રહની 'ચિત્તો' વાર્તા આગવી વિશેષતા ધરાવે છે. જંગલનો પરિવેશ સમક્ષ એક અલગ જ સૃષ્ટિને ઉજાગર કરે છે. આ વાર્તામાં વાસ્તવિક્તાથી પરે એવી અલગ જ સૃષ્ટિનું આલેખન જોવા મળે છે. 'ચિત્તો' વાર્તાનો નાયક જંગલનો કર્મચારી છે. જંગલના અંતે તેનું ક્વાર્ટર્સ છે. ઘરે રહેવાનું સૌભાગ્ય વાર્તાનાયકને માત્ર શનિવારે જ પ્રાપ્ત થતું. આ શનિવાર આવે એટલે વાર્તાનાયક અને તેની પત્ની

દામ્પત્યજીવનનાં બધા જ તબક્કાઓને જીવી લેતાં. પતિ-પત્ની બંને અનેક ક્રિયાઓ કરતાં. જેને દર્શાવતાં સર્જક લખે છે કે,

"અઠવાડિયા દરમિયાન જેટલાં હિંસ્ર પશુઓએ શરીરમાં ભય જન્માવ્યો હોય તે દૂર કરીને મારે બલ્કે અમારે હિંસ્ર પશુ બની જવાનું અને રાત્રિ દરમ્યાન એકબીજાને ફાડી ખાવાનાં. સવારે, અમારા જ અવશેષો બચ્યા હોય તે સૂર્યના પ્રખર બનવા સાથે ફરી પાછા પ્રખર બનવા દેવાના."

અહીં સર્જકે વાર્તાનાયક 'હું' નો પશુત્વભાવ વાર્તામાં પ્રતીકાત્મક રીતે આલેખ્યો છે. ચિત્તાએ વાર્તાનાયકના પેટ અને ગુહયાંગને ઈજા પહોંચાડી તે સંદર્ભ વાર્તાનાયકના પશુભાવને પોષે છે. વાર્તાનાયક અને એની પત્નીની પશુ બનીને એકબીજાને ફાડી ખાવાની વૃત્તિને આ વાત સમર્થન આપે છે. પત્નીની દાદીએ આપેલો આફ્રિકન પોપટ 'કશુકો' પતિ-પત્નીની પ્રત્યેક ક્રિયાઓનો સાક્ષી બની રહે છે. આ 'કશુકો' પણ પ્રતીક બનીને આખીય વાર્તાને ધાર આપતો હોય તેમ 'બધું હોઈયાં કરી ગયો' એ વારંવાર બોલ્યા કરે છે. હવે ઘરમાં શનિવારના દિવસની તૈયારીઓ ચાલી રહે છે. ત્યાં જ વાર્તાનાયકને થોડીવાર માટે ચેકપોસ્ટ પર સૂચના આપવા માટે જવું પડે છે. રસ્તામાં જીપ ખોટકાઈ જતાં વાર્તાનાયકને નીચે ઊતરવું પડે છે ત્યારે ચિત્તો એના પર હુમલો કરી બેસે છે.

"એની તરાપ મારી તદ્દન નજીક પહોંચી અને એની આંખો મરડાઈ ગઈ. મારી આંખો ફેલાઈ ગઈ, જે રીતે એણે એના દાંત મારા પેટની નીચેના ભાગ પર બીડ્યા તેના પ્રત્યાઘાતમાં હું બૂમ તો શું પાડું, તરફડું તો શું, એક ન વેઠાય એવા સંકોચનમાં હું ખેંચાઈ ગયો. મારા આખા શરીરની ચેતના નાભિના નીચેના ભાગમાં અને ચિત્તાના મોંમાં વિખરાવા લાગી. મારા શ્વાસ તો અટકી ગયા હતા. ચિતો લોહીલુહાણ મોં સાથે મારાથી વછૂટ્યો. હું તરફડતો પડયો રહ્યો."

વાર્તાકથકની આ સ્થિતિ અકારણ નથી. વાર્તાનાયક લોહીલુહાણ હાલતમાં જીપ સ્ટાર્ટ કરીને ક્વાર્ટર્સમાં આવે છે અને પત્ની એની આ હાલતને જોક સમજી બેસે છે. પત્ની કહે છે કે,

તમે આ જંગલમાં રહીને જંગલી જોક્સ કરતાં શીખ્યા ખરા ! પત્નીની આ મશકરી સામે વાર્તાનાયક કહે છે કે,

'મને શું થાય છે તે તને કેવી રીતે સમજાવું!'

પત્ની આને પણ જોક્સ સમજી કહે છે કે,

'તમને શનિવારે બધું થવા માંડે છે, હવે –'

અહીં જંગલ, ચિત્તો, કશુકો, જોક બધું એકમેક થઈ વાર્તાને સઘનતા અર્પે છે. વાર્તાને અંતે કશુકો બોલે છે, 'બધું હોઈયાં કરી ગયો....' આ વાક્યમાં રહેલો અર્થસંદર્ભ વાર્તાનાયકની આંતરિક પીડાને પ્રગટ કરે છે. 'જોક' નો સંદર્ભ વાર્તાને રચનાઘાટ અર્પે છે. વાર્તામાં કલ્પિતતત્વ વાસ્તવિક્તા સાથે અનુસંધાન સાધી વાર્તાને સાંકેતિક અર્થસંદર્ભો અર્પે છે.

અહીં 'ચિત્તો' વાર્તામાં 'ચિત્તો' વૃત્તિનું પ્રતીક પત્નીને મન 'જોક' હોવાથી બેવડાં પરિમાણ પ્રગટ કરે છે. ચિત્તાના હુમલા પછી પતિ - પત્ની વચ્ચે જે સંવાદો આવે છે. તે પત્નીની આવેગની ક્ષણો અને પતિની વેદનાની ક્ષણોને પ્રગટ કરે છે. આમ, એકબાજુ શૃંગાર તો બીજી બાજુ કરુણ રસ ઉત્પન્ન થાય છે. આ વાર્તામાં રૌદ્ર, શૃંગાર અને કરુણ એમ મિશ્રિત રસોનું આલેખન જોવા મળે છે. શનિવારે હિંસ્ર પશુ બની એકબીજાને ફાડી ખાતાં પતિ-પત્નીના દામ્પત્યજીવનમાં શનિવારે પશુ બને એ પહેલાં જોક્સ કહેવાની શરત છે. આ મોટિફ પત્નીના વૃત્તિબળ અને નાયકના વેદનાબળને જોક્સના લીધે કરુણતા અર્પે છે, અહીં આ મોટિફ સંદર્ભ નહિ પરંતુ અર્થસંદર્ભ પ્રગટ કરે છે.

'ચિત્તો' વાર્તામાં આવેગના પ્રતીક રૂપે નિરૂપાયો છે. નાયકના આવેગનો ચિત્તો અને નાયકને ઈજા પહોંચાડતો ચિત્તો એક જ છે. તેથી ચિત્તાની આંખો લીલી ચળકતી છે. શિકારી નાયક પોતે જ શિકાર થાય એ અહીં સૂચક પરિસ્થિતિ છે. આફ્રિકન પોપટ કશુકો અહીં ઉદ્દીપન બને છે અને ચિત્તો આલંબન બને છે. આ 'ચિત્તો' વાર્તામાં નાયક - નાયિકાની ભાવની સ્થિતિ ભિન્ન - ભિન્ન છે. જેમાં રતિ, ભય અને પછી ટ્રેજેડી જોવા મળે છે. આ ટ્રેજેડીમાં નાયકનું પથારીમાં તરફડવું અને નાયિકાનું આશ્ચર્યજનક પ્રશ્નોતરી કરવું. આ બંને સામસામેની સ્થિતિ વાર્તાને નવો જ વળાંક આપે છે.

આમ, 'ચિત્તો' વાર્તામાં નાયક અને એની પત્નીના હૃદયની સ્થિતિને પોપટ કશુકા દ્વારા પ્રગટ કરવામાં આવી છે. અહીં કશુકાના પાત્ર દ્વારા વાર્તામાં રતિભાવ અને ચિત્તાના પાત્ર દ્વારા ભય ઉત્પન્ન થાય

છે. આ બંને પાત્રો વાર્તામાં કલારૂપ ધારણ કરે છે.

મહેશ દવે કૃત 'મુકાબલો' વાર્તાસંગ્રહની અંતિમ વાર્તા 'કિલ્લો' ઘૂંટાયેલા ગદ્યને કારણે વધુ સ્પર્શક્ષમ બની છે. આ વાર્તામાં પ્રતીક, કલ્પન, કપોળકલ્પિત જેવી પ્રવિધિઓમાં રચાયેલું ગદ્ય કૃતિને કૃતકતા અર્પે છે. આ વાર્તાની ભાષા નાયકના માનસિક પરિતાપ અને બાહ્ય આચરણોને લીધે વધુ ધ્યાનાકર્ષક બની છે. આ વાર્તામાં નાયકના સંકલ્પની સમાન્તરે ચાલતી એની આંતરિક ચેતના સૂક્ષ્મપણે કથામાં ગૂંથાઈ છે. આ આંતરિક ચેતનાનો સૂક્ષ્મ ગદ્ય કથાના દરેક પ્રસંગોમાં ગૂંથાયેલે જોવા મળે છે. જે આ કૃતિનું શ્રેષ્ઠ પાસું ગણાવી શકાય.

'કિલ્લો' વાર્તામાં નાયક પોતાની પત્ની માધવી સાથે સંભોગ કરતો હતો એ જોઈ અજય કહે છે: "આહ, હું શું જોઈ રહ્યો છું. તમે બે એક પાંખડીઓ વાળા કમળ પર ગાઢ આશ્લેષમાં સૂતાં છો અને તમારા ઉપર એક લાલ લાલ સ્ત્રી પોતાના કાપેલા મસ્તકને હાથમાં લઈને ઊભી છે." અજયે દર્શાવેલું આ ચિત્ર પ્રકાશ માટે અવનવું ન હતું. આ ચિત્રની કલ્પના તે પહેલાં કરી ચૂકેલો છે અને તેથી જ તેની કિલ્લો જોવા માટેની અજયની તડપનું ખંડન કરતાં કહે છે કે,

"અંદર જવાનો કોઈ અર્થ જ નથી અને ગયેલા કોઈ પાછા આવ્યા નથી." અહીં વાર્તામાં નાયકનો આ સંદર્ભ કૃતિને સભાનતા અર્પે છે. આ સભાનતા જ સર્જકની સાચી સિધ્ધિ બની રહે છે. શ્રી મહેશ દવેની સભાનતા સાથેની સૂક્ષ્મતા આ વાર્તામાં જોઈ શકાય છે. અજયના મુખે બોલાયેલા આ વાર્તાના અંતના શબ્દો કઈંક આ રીતે છે,

'પ્રકાશ, તું કહેતો હતો તે સાચું ઠર્યું, આપણે હવે અહીંથી પાછા બહાર નહિ જઈ શકીએ.'

'કિલ્લો' વાર્તા માધવી, પ્રકાશ અને અજય આ ત્રણ પાત્રસૃષ્ટિની આસપાસ વિકાસ પામતી જોવા મળે છે. અજય ધૂની હોવાનો વહેમ જાય, બાહ્ય રંગરંગીલાપણાની અંદર એના હૃદયમાં જે વાતની ઇર્ષ્યા છે એનું રહસ્ય છેક સુધી સર્જક જાળવી રાખે છે. માધવી અને અજય પતિ-પત્ની છે. ગેસ્ટહાઉસ જંગલમાં છે. ગેસ્ટહાઉસથી થોડે દૂર પ્રકાશનું ફાર્મ છે. માધવી અને અજય સાથે પ્રકાશનો સામાન્ય રીતે પરિચય થાય છે. માધવી સાથે પ્રકાશનું મુક્તપણે હળવું મળવું, હસવું, બોલવું અજયને સમસ્યાગ્રસ્ત લાગતું નથી. પરંતુ ફાર્મમાંથી

ગેસ્ટહાઉસ તરફ પાછા ફરતી વખતે તળાવની પાળે નગ્ન અવસ્થામાં ઊભેલી માધવીને જોઈને વાર્તાનાયકના ચેતન વિસ્તારમાં માધવી છપાઈ જાય છે. આ એક આકસ્મિક ઘટના પ્રકાશના મગજને ચકરાવે ચઢાવે છે. માધવીનું પ્રકાશના હૃદયમાં આમ અચાનક જડાઈ જવું, પ્રકાશ તરફ માધવીનો સહજ ઢોળાવ અને અજયનું નિખાલસપણું - આ સમગ્ર સહજતાથી અને સચોટતાથી આલેખાયું છે. પ્રાણીઓ અને મનુષ્યોની રીતભાતો, પુરુષ - પુરુષ વચ્ચેની સ્વભાવગત નબળાઈઓ, સ્ત્રી અને પુરૂષ વચ્ચેનો સાહજિક સહોપચાર આ સમગ્ર અહીં વાર્તામાં વ્યવસ્થિત રીતે ગૂંથાયેલું જોવા મળે છે.

'કિલ્લો' વાર્તામાં પ્રકાશ માધવીને નગ્ન અવસ્થામાં જુએ છે ત્યારે માધવી 'ગો અવે' 'ગો અવે' કહીને બૂમો પાડે છે. અહીં નારી સહજ મર્યાદાઓ સર્જકે આલેખી છે, ખરેખર કપડાં પહેર્યા પછી માધવીની આંખો શરમથી નીચી હોવી જોઈએ પરંતુ અહીં માધવી કથાનાયકની આંખોમાં એકધારી જોઈ રહે છે ! જમીન પર સાઠીકડા વતી અનેક રેખાઓને દોરી, ભૂંસી, દોરી અને છોડી મૂકી, મારી નજર, સામેના કિનારા પર લંબાઈ એક દેહ જેટલા ભાગમાં સૂર્યનાં કિરણો વર્તુળ બનીને અટકી જતાં હતા... વાર્તાનાયકની આ સંવેદના એની નિજી છે. પરંતુ માધવીનું પ્રકાશની આંખોમાં જોવું સંતર્પક છે, આથી પ્રકાશને અનુભૂતિ થાય છે કે માધવી મારી આંખોમાં ખેંચાય છે.

ઉપરોક્ત પ્રસંગ પછી આવતી પરિસ્થિતિઓ જુદો જ સંદર્ભ પ્રગટ કરે છે. નિખાલસપણે વાર્તાનાયક સાથે વાતો કરતી, હસતી, ફરવા જતી માધવીના શરીરનું પરિવર્તન પ્રકાશના સમસ્ત માનસિક જગતને હલાવી મૂકે છે. તેથી જ તો અજય સૂતો હોય છે ત્યારે પ્રકાશ માધવીના રૂમમાં પહોંચી જાય છે. જે ભાવાત્મક સ્થિતિ વાર્તાનાયક અનુભવી રહ્યો છે, તેવી જ સ્થિતિ માધવી પણ અનુભવી રહી છે. તેમ છતાં એના હૃદયમાં અજયનું નામ અવિચળ રીતે સંગ્રહિત છે. અંધકારમાં પાસે બેઠેલા પ્રકાશ પાસે પોતાના રક્ષણની માંગણી કરતાં માધવી કહે છે કે,

'હું કોઈની પત્ની છું, તે વાત જ મારે તમને કહેવી છે. તમારી પાસે હું મારા રક્ષણની યાચના કરૂં છું.'

પરંતુ પોતાના હૃદયમાં વસેલી માધવીને આમ બહાર કાઢવાનું પ્રકાશ માટે પણ શક્ય નથી. તે આ આગંતુક પરિસ્થિતિથી સંપૂર્ણપણે સભાન છે. પોતાની જાતને કાબૂમાં રાખવા મથે છે. અજયની પત્ની હોવાનો સ્વીકાર કરતી માધવીની ગાંડા જેવી વાતો અને જતાં - જતાં પ્રકાશને ધબ્બો મારીને 'લુચ્ચા' કહેવું – આ બંને સ્થિતિ પરસ્પર વિરોધી વલણને પ્રગટ કરે છે. આખીયે વાર્તાની સંરચના ઊલટ સૂલટ પલટાતી પ્રતીત થાય છે. માધવી પ્રત્યે અજય સહેજ પણ શંકા રાખતો નથી એવું એના બાહ્ય વર્તન પરથી પ્રતીત થાય છે. પરંતુ ટોર્ચના સેલ્સ લેવા જવું, કિલ્લાની મધ્યમાં પ્રકાશ અને માધવીનું સંવનન પોતાની નજર સમક્ષ જોવું - આ સમગ્ર અજયના મનમાં ઉકળતા ભાવોને પ્રગટ કરે છે. આ વાર્તામાં સર્જકની સિધ્ધિ પ્રકાશ અને માધવી સાથેના સંભોગના વર્ણનમાં જોવા મળે છે. તેમજ સાંઢવાળો પ્રસંગ પણ સર્જકની કલાનો પરિચય આપે છે. સાંઢવાળા પ્રસંગમાં વાર્તાનાયકની આંતરિક વેદના સ્પષ્ટ વર્તાઈ આવે છે. પોતાના હૃદયમાં જાગેલી જાતીયવૃત્તિ અને તે સંવેદનાને લીધે ઊભી થનાર પરિસ્થિતિને ટાળવાની વૃત્તિ સાંઢવાળા પ્રસંગમાં સમુચિત રીતે જોવા મળે છે.

'કિલ્લો' વાર્તામાં પ્રકાશની અજય તરીકેની ભૂમિકા, અજયની પ્રકાશ તરીકેની ભૂમિકા અને માધવીની અસંતુલિત ભૂમિકા - આ ત્રણે ભૂમિકાઓ એકબીજાનું ખંડન કરતી હોવા છતાં સમજૂતીના સ્તરે વિકાસ પામે છે. આથી વાર્તા માત્ર વાસ્તવિક બનીને અટકી જતી નથી એનું વિશિષ્ટ કક્ષાએ કલામાં રૂપાતંર થાય છે. 'કિલ્લો' વાર્તામાં અંતે પ્રકાશ દ્વારા બોલાયેલું વેધક વિધાન, 'માધવી! હું અજય છું.' અજય અને પ્રકાશની પલટાયેલી ભૂમિકાઓનો ઈશારો માત્ર છે. પરંતુ આ ઈશારો માત્ર ઈશારો ન રહેતાં નવીન દિશાનો સૂચક બને છે. પ્રકાશ અને માધવીનો સંભોગ પોતાની નજર સમક્ષ નિહાળતા અજયના હૃદયને ધક્કો પહોંચાડવાનો સર્જકનો આશય હોત તો આ વાર્તા વિશે કશું જ કહેવાનું રહેત નહીં. અહીં સર્જકનો આશય અનેક સંભાવનાઓનો તાગ કાઢવાનો છે. જે મોટેભાગે સાકાર થતો જોવા મળે છે.

'મુકાબલો' વાર્તાસંગ્રહની 'કિલ્લો' વાર્તામાં મહત્વનું પરિબળ વાર્તાની ગદ્યકલા છે. વાર્તાના પ્રસંગોને અનુરૂપ સર્જકે અહીં ગદ્યકલા પ્રયોજી છે. વાર્તાના સંયોજનમાં સૂક્ષ્મતા, રહસ્ય અને સાહિત્યિક ગદ્ય કૃતિને આંતરિક ક્ષમતા અર્પે છે. વાર્તામાં પ્રગટ થતાં રહસ્યને સીધેસીધું રજૂ ન કરતાં સાહિત્યિક સ્તરે તપાસવાનો વાર્તાકારનો આશય અહીં વર્તાય છે. આથી જ માધવી અને પ્રકાશના સંભોગનું દ્રશ્ય અહીં જુગુપ્સા ઉપજાવનારું ન લાગતાં ચેતોહારી લાગે છે.

'મુકાબલો' વાર્તાસંગ્રહની 'આક્રાંત' અને 'કિલ્લો' વાર્તાઓ ફેન્ટસીનાં સૌદર્યપૂર્ણ દ્રષ્ટાંતો છે. આ વાર્તાઓમાં સર્જકની શૈલી મુક્તપણે નિર્બંધ વહ્યા કરે છે. અહીં સર્જક પોતાના કલ્પનાવિહાર દ્વારા ભાવકને અજાણી પણ ગમ્ય સૃષ્ટિના પ્રવાસે લઈ જાય છે. આ 'મુકાબલો' વાર્તાસંગ્રહની શૈલી વિશિષ્ટ સ્વરૂપની અને કવિતામય રહી છે. ટૂંકા વાક્યખંડો, ચોટદાર સંવાદો અને કથાતત્વની સૂક્ષ્મતાને લીધે એક ઉત્કૃષ્ટ ભાવવર્તુળ રચાય છે. શૈલીની રમણીયતા દર્શાવતા દ્રષ્ટાંતો જોઈએ તો,

"આખો રિલીફ રોડ, સીદી સૈયદની જાળીની કોતરણીની જેમ માણસોથી કોતરાઈ ગયો હતો... થોડીક પળો માટે મૌનનું જાળું વીંટળાઈ ગયું. ફક્ત જ્યુકલોક્સમાં વાગતા રામ્બા સામ્બાનો ધ્વનિ આખા ચેમ્બરમાં ડોલ્યા કરતો હતો." [19]

"ભજનના બોલ સ્પષ્ટતઃ સંભળાતા નહોતા, પણ તેનો લય સમયપટની એક લાંબી રેખા, અંધકારના પોલાણમાં દોરી જતો હતો." [20]

તો વ્યક્તિચિત્રનું દ્રષ્ટાંત જોઈએ તો,

"હમીદખાનને ખભે પાળેલા જાનવર જેવું ધારિયાનું પાનું ચાંદનીમાં હસી રહ્યું હતું. કોઈક વાર એનો હાથ હાલી જતો તો પાનામાં પ્રતિબિંબિત થયેલો ચંદ્ર પણ ધ્રુજી જતો... એના તમ્મનની નાડીઓનાં ફૂમતાં પવનમાં લહેરાતાં હતાં." [21]

'મુકાબલો' વાર્તાસંગ્રહમાં સંવાદોની લાઘવતા સર્જકની આગવી સિધ્ધિના દર્શન કરાવે છે. લાઘવતાને લીધે આ વાર્તાસંગ્રહના સંવાદો યથોચિત્ત અને વધુ અસરકારક નીવડયા છે.

આમ, શ્રી મહેશ દવેના બંને વાર્તાસંગ્રહને એકસાથે તપાસીએ તો 'વહેતું આકાશ' વાર્તાસંગ્રહને એકસાથે તપાસીએ તો 'વહેતું આકાશ' વાર્તાસંગ્રહની વાર્તાઓમાં સુરેશ જોશીની વાર્તાઓનું અનુકરણ વિશેષ જોવા મળે છે. આ વાર્તાઓની ગતિ અને વિકાસમાં સુરેશ જોશીની સવિશેષ અસર વર્તાય છે. તેથી 'વહેતું આકાશ' વાર્તાસંગ્રહની પ્રસ્તાવનામાં ગુલાબદાસ બ્રોકર લખે છે કે,

"આ સંગ્રહની વાર્તાઓ જેને આપણે નવી વાર્તાઓ કહીએ છીએ તે પ્રકારની છે. ભાષાશૈલી, રીતિ, અભિવ્યક્તિ વગેરે સર્વ અંગોપાંગમાં નવી વાર્તાના જે મુખ્ય મુખ્ય પુરસ્કર્તાઓ છે તેમનામાં કોઈ એકની દેખાઈ આવે તેવી, કે શોધવા મથીએ પછી દેખાઈ રહે તેવી કશીય ખાસ છાપ તેમાં વરતાઈ આવતી નથી. વરતાઈ આવે તેવી અગર છાપ જો આ વાર્તાઓ ઉપર કોઈનીયે હોય તો તે એક જ માણસની છે - મહેશ દવેની." ગુલાબદાસ બ્રોકરે શ્રી મહેશ દવેની વિશિષ્ટ છાપની પ્રશંસા કરવાની સાથે - સાથે એક જ રીતિમાં રચાતી મહેશ દવેની વાર્તાઓ હવે અઢળક રીતિઓમાં રચાય એવી સલાહ આપીને હતાશા, વેદના, નિરાશા, કડવાશ ખંખેરીને હાસ્ય, નિર્ભેળ આનંદ અને પ્રણયને વાર્તાઓમાં સ્થાન આપવા ઉપર ભાર મૂક્યો છે. તેમજ 'વહેતું આકાશ' વાર્તાસંગ્રહની શૈલી નિબંધ કક્ષાની કહી તેને પ્રતિષ્ઠા અપી છે. 'આ બાજુ', 'અવાજ', 'દસવિદાનિયા', 'મોંહેજો દડો', 'મુકાબલો', 'ચિત્તો', 'કિલ્લો' જેવી વાર્તાઓમાં કલાત્મક રીતે આધુનિક્તા ઊભરી આવતી જોવા મળે છે. મહેશ દવેની વાર્તાસૃષ્ટિ કૃતકતા તરફ ઢળતી હોય ધાર્યું પરિણામ લાવવામાં સિધ્ધ નીવડી છે.

'મુકાબલો' વાર્તાસંગ્રહની છેલ્લી વાર્તા 'કિલ્લો' ઘૂંટાયેલા ગદ્યને કારણે સ્પર્શક્ષમ બની છે.

"પ્રતીક, કલ્પન, કપોળકલ્પિત જેવી પ્રવિધિઓમાં રચાયેલું ગદ્ય વાર્તાને કૃતકતામાંથી ઉગારે પણ છે. અહીં ગદ્યનો ગૂંચવાડો કે ભુલભુલામણી નથી."

મહેશ દવેના વાર્તાવૈભવ વિશે સંપાદન કરનાર ડૉ. રાજેશ એચ. ત્રિવેદીના મતે "ગુજરાતી સાહિત્યમાં ઈ.સ.૧૯૫૫ થી ઈ.સ.૧૯૮૫ સુધીનો ત્રણ દાયકા જેટલો સમયગાળો લગભગ આધુનિક-પ્રયોગશીલ ટૂંકીવાર્તાનો છે. આ સમયમાં વાર્તાલેખન કરતાં લેખકોએ

તેમની વાર્તાઓમાં પરંપરાથી જૂદું આપવાનો પ્રયત્ન કર્યો છે. સર્જક ચેતનાની બદલાયેલી પરિસ્થિતિને કારણે સર્જકોને પ્રયોગો કરવાની અનિવાર્યતા ઊભી થાય છે. ઘણીવાર આવી અનિવાર્યતા આદતમાં પલટાઈ જાય છે અને સર્જક પ્રયોગને વળગીને ચાલવા લાગે છે. પ્રયોગનું વળગણ સર્જક માટે ક્યારેક દુ:ષ્કર નિવડે છે. કશું નવું કરવાની લાહ્.યમાં અંતે કશુંય સિદ્ધ ન થાય તેમ પણ બને છે. પરંતુ શ્રી મહેશ બાલાશંકર દવેની વાર્તાઓમાં માત્ર પ્રયોગનું વળગણ નથી. પણ સર્જકચેતનાની અનિવાર્યતા છે. તેમની પાસેથી આપણને પ્રયોગશીલ અને સત્વશીલ તથા વિષયવૈવિધ્ય સભર વાર્તાઓ મળે છે. એમનો પ્રથમ વાર્તાસંગ્રહ 'વહેતું આકાશ' ઈ.સ. ૧૯૭૧માં પ્રગટ થયો. ત્યારબાદ સાત વર્ષે બીજો વાર્તાસંગ્રહ 'મુકાબલો' ઈ.સ. ૧૯૭૭માં થયો. તે પછી ચાર દાયકા જેટલા લાંબા સમયમાં લેખક પાસેથી આંગળીના વેઢે ગણી શકાય એટલી જ વાર્તાઓ મળી છે. લેખક કોઈ અગમ્ય કારણોસર વાર્તાલેખનથી દૂર જતા રહ્યા છે. ક્યારેક પ્રયોગશીલ સર્જનને વિવેચકો પાંખવાને બદલે પામ્યા પહેલા ઉવેખવાની વૃત્તિ ધરાવતા હોય છે અથવા સર્જનના તથ્ય સુધી પહોંચ્યા પહેલા દુર્બોધ કહીને દૂર રહેતા હોય છે. જેને કારણે પ્રયોગશીલ સર્જકોને વધુ નૂતન પ્રયોગો માટે પ્રેરણા મળતી નથી અને પ્રયોગશીલતા સાથેની સર્જનશીલતા કુંઠિત થઈ જાય છે. આવા સત્ત્વશીલ સર્જકોને પોખવાથી સાહિત્યિક સંસ્થાઓ પણ ઘણીવાર દૂર રહી છે." [22]

શ્રી મહેશ દવેની વાર્તાઓમાં ભાષાકૌશલ અનન્ય છે. જે અનેક રીતે ઉજાગર થાય છે. મહેશ દવેની વાર્તાસૃષ્ટિ વિશે ચંપૂ વ્યાસ કહે છે કે,

"આધુનિક પરિપ્રેક્ષ્યમાં ગણનાપાત્ર કાર્ય કરનાર મહેશ દવેએ કવિતાક્ષેત્રે જે પ્રતિષ્ઠા પ્રાપ્ત કરી છે, એમાં એમની વાર્તાસર્જન પ્રવૃત્તિ સ્વરૂપ અને સંયોજનના સંદર્ભમાં સંપૂરક બને છે. મનોવિશ્લેષણાત્મક આલેખન દ્વારા વાર્તાનો આકાર ઉપસાવતી વેળાએ કશું કહી દેવા તરફની નિષ્ક્રિયતા જ તેમની વાર્તાઓને અભ્યાસ પરત્વે સક્રિય બનાવે તેવી છે."

આમ, ચંપૂ વ્યાસના શબ્દોમાં શ્રી મહેશ દવેની આ પ્રકારની સર્જકતા 'વહેતું આકાશ' માં હતી, તે 'મુકાબલો' માં ઓસરતી જોવા

મળે છે.

-: પાદનોંધ:-

1. 'વહેતું આકાશ' – મહેશ દવે (પૃ - 70)
2. 'વહેતું આકાશ' – મહેશ દવે (પૃ - 69)
3. 'વહેતું આકાશ' – મહેશ દવે (પૃ - 70)
4. 'વહેતું આકાશ' – મહેશ દવે (પૃ - 72)
5. 'વહેતું આકાશ' – મહેશ દવે (પૃ - 75)
6. 'વહેતું આકાશ' – મહેશ દવે (પૃ - 66)
7. 'વહેતું આકાશ' – મહેશ દવે (પૃ - 119)
8. 'વહેતું આકાશ' – મહેશ દવે (પૃ - 117)
9. 'વહેતું આકાશ' – મહેશ દવે (પૃ - 120)
10. 'વહેતું આકાશ' – મહેશ દવે (પૃ - 24)
11. 'વહેતું આકાશ' – મહેશ દવે (પૃ - 26)
12. 'વહેતું આકાશ' – મહેશ દવે (પૃ - 24)
13. 'વહેતું આકાશ' – મહેશ દવે (પૃ - 24)
14. 'વહેતું આકાશ' – મહેશ દવે (પૃ - 27)
15. 'વહેતું આકાશ' – મહેશ દવે (પૃ - 08)
16. 'વહેતું આકાશ' – મહેશ દવે (પૃ - 16)
17. 'વહેતું આકાશ' – મહેશ દવે (પૃ - 32)
18. 'વહેતું આકાશ' – મહેશ દવે (પૃ - 23)
19. 'મુકાબલો' – મહેશ દવે (પૃ - 01)
20. 'મુકાબલો' – મહેશ દવે (પૃ - 92)
21. 'મુકાબલો' – મહેશ દવે (પૃ - 110)
22. 'મહેશ દવેનો વાર્તાવૈભવ' – ડૉ. રાજેશ. એચ. ત્રિવેદી (પૃ. – 1,2)

3

મહેશ દવેના એકાંકીઓનો સઘન અભ્યાસ

<u>'મને દ્રશ્યો દેખાય છે' એકાંકીસંગ્રહનો અભ્યાસ</u>

ગુજરાતી સાહિત્યમાં વીસમી સદીના પાંચમા દાયકાથી દસમા દાયકા દરમિયાન એકાંકી ક્ષેત્રે એનું વિષયવસ્તુ, રચના શૈલી અને રંગમંચ ક્ષમતામાં વ્યક્તિગત પ્રયોગ થવા લાગ્યા. એકાંકીમાં નિરૂપાયેલ જીવન, સ્થળ, નવીન પરિમાણો, નવીન અર્થસંદર્ભો અને તેના માટે જરૂરી ભાષાની શોધ ચિનુ મોદી, લાભશંકર ઠાકર, શ્રીકાન્ત શાહ, આદિલ મન્સૂરી, સુભાષ શાહ, મુકુન્દ પરીખ, મધુરાય, મહેશ દવે જેવા અનેક સર્જકોના એકાંકીઓમાં આલેખાઈ ગઈ હતી.

આપણા સર્જક મહેશ દવે પાસેથી માત્ર એક જ એબ્સર્ડ એકાંકી સંગ્રહ 'મને દ્રશ્યો દેખાય છે' મળે છે. પરંતુ તેમનું આ એકમાત્ર - એકાંકી આગળના એકાંકીકારોના એકાંકીઓથી ઘણું ભિન્ન તરી આવે છે. મહેશ દવેના એકાંકીસંગ્રહ 'મને દ્રશ્યો દેખાય છે' માં સાત એકાંકીઓ સંગ્રહિત છે. જેની ભાષા, જીવન રચનારીતિ અને કલાવિષયક ખ્યાલ તદ્દન ભિન્ન છે. મહેશ દવેના એકાંકીઓમાં સંવાદો અને સંવેદનાએ નાટ્યાત્મક મહત્વ ધરાવે છે. 'મને દ્રશ્યો દેખાય છે' એકાંકીસંગ્રહમાં,

દ્રશ્યમયતા, લાઘવતા, વાસ્તવિકતા, ગદ્યમયતા અને સુગ્રથિતતા જેવા આંતરિક - બાહ્ય બંને લક્ષણો પ્રગટ થતાં જોવા મળે છે.

શ્રી મહેશ દવેના 'મને દ્રશ્યો દેખાય છે' એકાંકીસંગ્રહમાં ગદ્ય અને પદ્ય એમ બંને પ્રકારોનું પ્રયોજન જોવા મળે છે. 'બૂમ' એકાંકીની શરૂઆત સર્જક ગીતના ઉપાડથી કરે છે. આ ગીતના વાચાનાં યંત્રની દ્રષ્ટિએ સર્જક વિશેષ કાર્યરત રહ્યા છે. તત્વ અને સ્વરૂપની દ્રષ્ટિએ આરંભની આ પ્રક્રિયા સર્જકની ચેતનામાં આકૃતિ - એક્તામાં કાર્ય કરતી પ્રતીતિ થાય છે. આ નાટકમાં રચના, નાટ્ય ઉપાદાન અને સંવાદો સર્જકના સર્જનકર્મના દર્શન કરાવે છે. સંવાદો અને વાચિક અભિનયની સાથે - સાથે 'ચિત્ર દ્રશ્ય અભિનય' પણ નાટકમાં મહત્વનું સ્થાન ધરાવે છે. જેની સહાયથી નાટકની પ્રત્યેક ક્ષણ ચિત્ર - દ્રશ્ય બની અર્થનું અભિનયન કરે છે. 'બૂમ' નાટકમાં સર્જકે ગ્રીક કોરસની પંક્તિઓનું સતત પુનરાવર્તન કર્યું છે. ભીષણતા, શૂન્યતા, હતાશા અને વૈફલ્યને ચિત્ર - દ્રશ્ય અભિનયન દ્વારા ઉપકારક બનાવ્યું છે. જે ગીતનું 'ચિત્ર - દ્રશ્ય' અભિનયન થતાં જ ઉજાગર થઈ જાય છે. 'બૂમ' નાટક દ્વારા શ્રી મહેશ દવે મનુષ્યનું જીવન કેવું ખોખલું છે? એ દર્શાવવા ઈચ્છે છે. એ માટે સર્જક શ્યામ - કાળા રંગનો અભિનય આરંભથી જ કર્યો હોત અને પછી કોરસની પંક્તિઓ જરૂરિયાત પ્રમાણે મૂકી હોત તો આ નાટક વધુ ઉપકારક નીવડે. 'બૂમ' નાટકના સંવાદોમાં 'એક' નામની વ્યક્તિ સંવાદનો આરંભ કરતાં પહેલાં જ જૂથમાંથી સહેજ દૂર થઈ જાય છે. આ ક્રિયા દ્રશ્યની મનોદશા તથા મનોભાવો પ્રગટ કરે છે. આથી અર્થનું અભિનય ન કરવા માટે અહીં 'ચિત્ર દ્રશ્ય' સ્વીકારવામાં આવ્યું છે. પ્રયોગ - શિલ્પમાં અર્થની છટાઓ અને ભાવછાયાઓ યોગ્ય સ્થાને કાર્યરત થતી જોવા મળે છે. જેમ કે, સામૂહિક રીતે મારી નાખી એનો જમણો પગ, ડાબો હાથ વગેરે કાપી ટુકડાઓ કરી નાખવા એ સંદર્ભમાંથી માનસિક અવસ્થાઓ નાટ્યાત્મક રીતે ઉદ્.ભવે છે. સંવાદો અને સંવેદનાનું નવું લૉજીક નાટ્યાત્મકતાની મહત્વની કામગીરી બજાવે છે.

'મને દ્રશ્યો દેખાય છે' એકાંકીસંગ્રહના 'બૂમ' નાટકમાં આવતા અવાજો, પ્રતિધ્વનિઓ લાઈટના અવિરત ઝબકારા અને રસનિરૂપણ માટે અગત્યના હોઈ વિકારી ભાવોને પ્રગટ કરે છે. સર્જકે માત્ર સંવાદો

અને વાચિક અભિનય પર જ નહિ પરંતુ નાટકના બધા અંગો ઉપર ધ્યાન કેન્દ્રિત કરવું જોઈએ. સાહિત્યિક ગુણવતા માટે આ ખૂબ મહત્વનું છે. આ એકાંકીમાં સર્જકે ચિત્રદ્રશ્ય સંવાદો અને સંવેદનાઓને તો સ્વીકાર્યું છે. પરંતુ અન્ય ઉપાદાનોને ઘણું મહત્વ આપ્યું છે. આ નાટકમાં સમગ્ર પાત્રો એકસરખા પાઠ અને એકસરખી સંવેદના અનુભવતા જોવા મળે છે. આ બધા પાત્રોના સરખા પાઠ અને સંવેદના ભિન્ન - ભિન્ન નિરસતા, હતાશા અને ભીષણતાને પ્રગટ કરે છે. અહીં સંવેદનાનું નવું લૉજિક હોય કે જૂનું પરંતુ આ નાટકોના સંવાદો અને સંવેદનાઓના અર્થ પ્રગટ કરવામાં અંગોની ચેષ્ટા, વેશભૂષા, સત્યનું મુખ્ય સાધન વાણી જ બની છે. આ નાટકોમાં સંવાદો મુખ્ય ભૂમિકા ભજવે છે. નાટકમાં રહેલી હતાશાં, નિરાશા આ સંવાદો દ્વારા જ ઉજાગર થાય છે. આ સંવાદો દ્વારા જ નાટકનો અર્થસંદર્ભ અને ભાવછાયાઓ પ્રેક્ષકો સુધી પહોંચી શકે છે. 'બૂમ' એકાંકીમાં એક સ્ત્રીની નિષ્ઠા, પ્રેમ, સંવેદના એના સમૂહ સાથેના એના વ્યવહાર દ્વારા પ્રગટ થાય છે અને પછી રાવણ જે દુષ્ટતાનું પ્રતીક બની રહે છે. તેનું આગમન થાય છે. આ રાવણનું મરણ અને સ્ત્રીમાં ઉત્પન્ન થતો માનસિક રાવણ વગેરે ધ્વનિ દ્વારા પ્રગટ કરવામાં સર્જક સફળતા પ્રાપ્ત કરે છે. નાટકની પ્રત્યક્ષતા અહીં સર્વ શક્યતાઓને પામવા માટે કાર્યરત બની છે. 'બૂમ' એકાંકીના સંવાદો અને લાગણીઓ નાટકને આસ્વાદ્ય અને એક વિશિષ્ટ સ્થાન અર્પે છે. આ એકાંકીની સૌથી મોટી વિશેષતા એ છે કે, અભિનયની સમગ્ર દિશામાં એનું પોતાનું શરીર સાહજિક રીતે જ નાટકના વાતાવરણને સાનુકૂળ બનવાના સામર્થ્યવાળું છે. આ એકાંકી સતત અનેક અર્થચ્છટાઓ અને ભાવછાયાઓ પ્રેક્ષકોના હૃદય સુધી લઈ જવામાં સફળ નીવડયું છે. પરંતુ માત્ર સંવાદો અને લાગણીના આધારે નાટક રચવામાં ક્યારેક સર્જનકર્મ જડ, નિષ્ક્રિય અને મૃત્યુ પામતું હોય એવું પ્રતીત થાય છે. આમ, નાટકના મુખ્ય વિધાયકો નટ, દિગ્દર્શક, નાટકનો અર્થ, આંતરિક જીવન, એનું ઊર્ધ્વ તત્વ, પ્રેક્ષકની અપેક્ષા આ સમગ્ર નાટ્ય અર્થ પ્રગટ કરવા માટે ખૂબ અગત્યના છે. આ સમગ્રતાના સંગમથી નાટ્યકર્મ અને પ્રત્યાયન સફળ બને છે.

શ્રી મહેશ દવે કૃત એકાંકીસંગ્રહ 'મને દ્રશ્યો દેખાય છે' માં સંગ્રહિત સાત એકાંકી પૈકી 'લોહી વરસતો ચંદ્ર' કમલ અને વિમલ એમ દ્વિપાત્રી

એકાંકી છે. એકાંકીના આરંભમાં કમલ દર્પણ સમક્ષ જોઈને જાત સાથે વાતો કરે છે તથા પ્રેક્ષકો પણ સાથે સાંકળતો જાય છે. શરૂઆતના સંવાદમાં જ કમલની એકલતા ઉજાગર થઈ જાય છે. તેથી એ કહે છે કે,

"ચાલો વળી જિંદગીની આ જ સાચી ગતિ કેમ નહીં હોય વારુ! સાલી આ જુવાની એક કમબખ્ત બલા છે, ... રબ્બર જેવી સ્થિતિસ્થાપક છે. અત્યારે હું એકલો બબડ્યા કરું છું તેના જેવી છે. એકલા જ બબડ્યા કરવાનું ને ! કોની સાથે વાત કરવાની ? આ હવા કોની સાથે વાત કરે છે, માણસનાં ફેફસાં સાથે ? ફેફસાં કોની સાથે વાત કરે છે ? જિંદગી સાથે ? જિંદગી કોની સાથે વાત કરે છે ? સમય સાથે..."
[1]

આ સંવાદમાં પ્રગટતા ત્રણેય પ્રશ્નો એક લયયુક્ત સંવાદી આવર્તન પ્રગટ કરે છે. જે સર્જક મહેશ દવેની ભાષાશૈલીના સામર્થ્યને પ્રગટ કરે છે. ઉપર્યુક્ત ત્રણેય વાક્યોમાં 'કરે છે.' આગળ એક યતિ આવે છે. જે પાછળના શબ્દોની લય પૂરું પાડે છે. આમ, એકાંકીની શરૂઆતથી અંત સુધી આ ભાષાશૈલી અવિરતપણે એકધારી ટકી રહે છે.

એકાંકીના આરંભમાં કમલ જાત સાથે વાતો કરતો હોય છે. ત્યારે વિમલ આક્રમકતા સાથે ત્યાં આવી ચડે છે. વિમલ કમલના પાડોશી અતુલભાઈને મળવા આવ્યો છે અને ખરેખર તો તેમને પણ મળવા આવ્યો નથી પરંતુ નજીકના થીએટરમાં પ્રીમિયર શો જોવા માટે આવ્યો છે પણ પ્રીમિયર શોની હજુ વાર હોવાથી અહીં સમય પસાર કરવા આવ્યો છે. વિમલને પ્રીમિયર શોમાં માણસો જોવા ખૂબ ગમે છે. જ્યારે કમલને તો એમાં કયા પ્રકારનો આનંદ મળે એ જ સમજાતું નથી ! એ તો વિમલને જોઈને પણ આનંદિત થતો નથી. આ વાત એ જાહેર પણ કરી દે છે ને વિમલ ગુસ્સે થઈ જાય છે. આ વિમલનો ગુસ્સો કમલને ગમે છે ને આથી તે વિમલને જવા દેતો નથી. અહીંથી આ એકાંકી ગતિ ધારણ કરે છે.

વિમલ કમલની એકલતા વિશે પૂછે છે ત્યારે કમલ આ ઘરની ભૂતકાળની વાતોને યાદ કરતાં કહે છે કે,

"બીજાં ઘણાં આ ઘરમાં રહેતાં હતાં (ઉત્સાહથી) મોટાભાઈ, વીણાભાભી, એક બીજો ભાઈ શિરીષ, બહેન સરલા, મોટાભાઈનાં બાળકો; અરે યાર આખું ઘર ધમધમતું હતું. ઘરના બધા જ ખંડોમાં

માણસોનો અવાજ સતત અવાજ, શું વાત કરું તમને, સતત ચાલ્યા કરતું હતું આ ઘર (હસે છે.) અરે દોડયા કરતું હતું એમ કહું તો ચાલે." [2]

આ સંવાદો પછી તરત જ વિમલ કહે છે કે,

"અને હવે તમે આયનામાં જોઈને એકલા બબડ્યા કરો છો, ખરું ને!" [3]

આ બંને પાત્રો વચ્ચેની વાતોમાં બારી અને સળિયાના ઉલ્લેખો પણ આવે છે. આ બંને પ્રતીક દ્વારા મહેશ દવેએ અહીં સરસ કામ લીધું છે. કમલને આ બારી અવરોધરૂપ પ્રતીત થાય છે. તેથી તે કહે છે કે,

"આ ઘર કેટલું સરસ છે નહિ; આ ઘરમાં બધું જ સ્વસ્થ છે. આ કબાટ, રેડિયો, પુસ્તકો, જોડા બધું જ. આ બારી (ઊભો થઈને બારી સુધી જાય છે. બારીમાંથી બહાર નજર કરે છે.) આ બારીની ફક્ત એક મુશ્કેલી છે. દોસ્ત ! હું બહાર જોઉં છું ત્યારે મારી એક આંખની દ્રષ્ટિ બહાર ધસી જાય છે ને બીજી આંખની દ્રષ્ટિ સળિયાથી રોકાઈ જાય છે, એટલે બહારનું દ્રશ્ય ડામાડોળ બની જાય છે." [4]

વિમળ સળિયા કપાવી નાખવાની સલાહ આપે છે. જે કમલને પહેલા તો આ સલાહ ગમે છે. પરંતુ પછી તરત જ વિચાર બદલાઈ જાય છે. કારણ આપતાં તે કહે છે કે,

"સળિયા કપાવી નાખું તો મારી બન્ને આંખોની દ્રષ્ટિ બહાર કૂદી પડે. અર્થાત્ બહારની બધી જ વસ્તુઓ આ ઘરમાં કૂદી પડે. આ સ્થિતિ મારી સહનશક્તિ બહારની જ છે. સળિયા ભલે રહ્યા." [5]

ત્યારપછી વિમલ પરદા દ્વારા એને ઢાંકી દેવાનું સૂચન કરે છે. ત્યારે કમલ અચાનક ગુસ્સે થઈ જાય છે. કમલનું આ એકાકીપણું, માનસિક તણાવ અને તજ્જન્ય ચીડ આ એકાંકીનું કેન્દ્ર બની રહે છે. કમલ આ બહારની દુનિયા, બહારના દ્રશ્યો અને મુક્તતાથી ભય અનુભવે છે. એને માત્ર એકલતા, એકાકી આવાસ જ ગમે છે અને આમ હોવાનું કારણ પણ શ્રી મહેશ દવે આપણને એકાંકીના અંત સુધીમાં ઉજાગર કરે છે.

એકાંકીમાં આગળ જતાં કમલ અને વિમલની વાતમાં અતુલભાઈ અને તેમની ધર્મપત્ની પ્રવેશે છે. આ અતુલભાઈ જ્યારે એમના બાળકોને મારે છે. એ જોઈને પણ કમલ ડરી જાય છે. આ સ્થિતિ એની અંદરના ભયને પ્રગટ કરે છે. આ વાતમાંથી જ કમલની એક યુવતી

પ્રત્યેના પ્રેમની વાત થાય છે. કમલ એ યુવતીને બારીમાંથી જોઈ રહેતો અને એકવાર એણે પોતાના પ્રેમનો સ્વીકાર કરતાં કહ્યું કે, 'હું તને ચાહું છું' ને સામે 'હું તને ધિક્કારું છું' એવો પ્રત્યુત્તર મળ્યો. આ સાંભળીને વિમલ હસવા લાગે છે ત્યારે પણ કમલ ચિડાય જાય છે,

"એમાં બત્રીશી શાની નીકળે છે, વેરાઈ શાનું જાય છે! કોઈને આપણે ચાહતા હોઈએ એને આપણે કહીએ કે 'હું તને ચાહું છું' તેમાં ખરાબ શું છે !" [6]

સમગ્ર એકાંકીમાં કમલ આ ચીડ એના વ્યક્તિત્વને પ્રગટ કરતી સફળતાપૂર્વક આલેખાઈ છે. વિમલ એની વધુ મજાક ઉડાવતાં કહે છે કે,

"તમે સિંહના વીર્યનું આમલેટ બનાવીને ખાવ." [7]

આ સાંભળી કમલ વધારે ગુસ્સે થઈ જાય છે. બારી પાસે જઈને ઊભો રહી જાય છે. ત્યારે વિમલ એને નિર્દોષ તરીકે ઓળખાવે છે. ત્યારે કમલ કહે છે કે, 'હું નિર્દોષ માણસ નથી.'

'લોહી વરસતો ચંદ્ર' એકાંકી અહીં જુદો જ વળાંક લે છે. કમલ એક સૂમસામ અંધારાથી ભરેલો ઓરડો વિમલને બતાવે છે, જેમાં એના પરિવારજનોના મૃતદેહો છે. અહીં કમલના હાથની બેટરીનો સર્જકે પ્રકાશસંયોજના અર્થે સુંદર વિનિયોગ કર્યો છે. અહીં સર્જકે ઝડપથી ગોળગોળ ફરતી બેટરી દ્વારા વાતાવરણને ભયાનક બનાવવાનો પ્રયત્ન કર્યો છે આગળ અતુલભાઈની વાત ખોટી હતી એમ કહે છે. એ વાત મારા મોટાભાઈની હતી. પેલી યુવતી સાથે મોટાભાઈને, શિરીષને અને પોતાને પર સંબંધ હતો. ઉપરાંત વિમલ પણ એ યુવતી પ્રત્યે ચાહત રાખતો હતો. એવું એકાંકી દ્વારા રહસ્ય પ્રગટ થાય છે. વિમલ માટે કમલ અપરિચિત છે પણ કમલ વિમલને માટે પરિચિત છે. એ બારીમાંથી કમલને દરરોજ પેલી યુવતી સાથે જોયા કરતો. એ યુવતી પણ અંતે તો આત્મહત્યા જ કરે છે. અહીં આ એકાંકીમાં નિરસતાનું તત્વ, એકલતાનું તત્વ સંવાદો દ્વારા વધુ ઉત્તમ રીતે રચાતું જાય છે.

શ્રી મહેશ દવે કૃત 'મને દ્રશ્યો દેખાય છે' એકાંકીસંગ્રહના 'લોહી વરસતો ચંદ્ર' એકાંકીમાં પ્રગટ થતો અંતિમ સંવાદ સૌથી ચોટદાર છે. જે કમલની એકલતા, સંવેદના અને સંકુલતાને દર્શાવે છે.

"આ ઉંમરે માણસ પૈસા કમાવામાં પડી જાય છે. અલબત્ત, કશીક તૈયારી કરતો હોય તેવો ભાવ એના મનમાં વસેલો રહે છે. બધું ગોઠવી દેવામાં એને રસ હોય છે. કેટલીક હકીકતોને વાવીને ક્યારામાં પાણી રેડયા કરે છે. હવાનો સ્પર્શ અનુભવે છે, પણ... પણ મને એવું કશું નથી થતું... હું કશુંક હારી બેઠો છું... ના હું કશું હાર્યો નથી... હું કશુંક જીતી બેઠો છું... ના હું કશું જીત્યો નથી... હું કયાં છું... હું કયાં ઊભો છું... એક અફાટ વેરાનમાં હું ઊભો છું (કમલની જાણ બહાર વિમલ ઘર છોડી જાય છે) ચંદ્ર ઊગ્યો છે આકાશમાં, બધું સ્થિતિ - સ્થિર છે. ચંદ્ર ઊગ્યો છે આકાશમાં, બધું સ્થિતિસ્થિર છે. ચંદ્રનાં કેટલાંક કિરણોમાંથી લોહી ટપકે છે. એક વરુ અને કૂતરાં સાથે ઊભા રહીને કિરણમાંથી ટપકતાં લોહીનાં ટીપાં ચાટે છે અને દૂર દૂરથી આ બન્નેનો સાથ કરવા એક કરચલો દોડતો આવે છે; ઝડપથી પણ એ વરુ અને કૂતરા સુધી પહોંચી શક્તો નથી... હું જ્યાં ઊભો છું ત્યાંથી ખસી શક્તો નથી. મારા હાથને એક તીક્ષ્ણ હથિયારથી છોલવાનું મને મન થાય છે પણ હું મારા હાથ જોઈ શકતો નથી. મારું શરીર હું અનુભવી શક્તો નથી. ઓહ્ આ કયા પ્રકારની સંવેદના..." [8]

અહીં સંવાદો દ્વારા પ્રગટ થતી સંવેદના સમર્થતાથી પ્રગટ થઈ છે.

આમ છતાં 'લોહી વરસતો ચંદ્ર' એકાંકીમાં ઘણું ખૂટતું પ્રતીત થાય છે. અહીં કમલની સ્વગતોકિત હોત તો વધુ પ્રભાવક બની હોત પરંતુ અહીં કથા તત્વ એકાંકીને જમાવવામાં અવરોધરૂપ બને છે. અહીં વિમલનું પાત્ર ગૌણ બની રહે છે. તેથી દ્વિપાત્રી રચનાની સમતુલા ખોરવાતી લાગે છે. આ એકાંકીમાં વિમલનું એક વાક્ય અત્યંત ચોટદાર છે તે કહે છે કે,

"તમે મને અંદરના ઓરડામાં લઈ ગયા. હવે તમને હું ખૂબ સારી રીતે બહાર લાવી શકીશ."

આ રીતે વિમલ કમલને બહાર લાવવાનો પ્રયત્ન તો કરે છે પરંતુ આ બહાર લાવવાની સમગ્ર પ્રક્રિયા કૃત્રિમ, આયોજનપૂર્ણ અને અવાસ્તવિક લાગે છે. આ એકાંકીના આરંભમાં આવતો ટિફિનનો માત્ર સામગ્રીરૂપે થયો છે. તેનો કોઈ આશય એકાંકીમાં પ્રગટ થતો નથી. એકાંકીમાં કોઈપણ વસ્તુનો ઉપયોગ થવાનો ન હોય તો એનો ઉલ્લેખ કરવો પણ વર્જ્ય છે. એકાંકીનું શીર્ષક પણ અભિનિવેશયુક્ત પ્રતીત

થાય છે.

મહેશ દવે કૃત એકાંકીસંગ્રહ 'મને દ્રશ્યો દેખાય છે.' માં પ્રગટ થતું એકાંકી 'લોહી વરસતો ચંદ્ર' માં કમલની એકલતાં, ભયતા, વાસનારહિતતા અને માનસિક સ્થિતિ યથાતથ આલેખાયા છે. સળિયા, બારી, લોહી વરસતો ચંદ્ર, વરુ, કૂતરો અને કરચલાનાં પ્રતીક દ્વારા સર્જકે એકાંકીને જીવંતતા અર્પી છે. કમલની હાથની ઘૂમરાતી બેટરીનું દ્રશ્ય એકાંકીને સૌથી વધુ આકર્ષમય બનાવે છે. આ એકાંકીના સંવાદો અને ભાષા સચોટ, ચોટદાર, ગતિશીલ અને નાટ્યાત્મક બની છે. એકાંકીના આરંભથી લઈ અંત સુધી આવતી કમલની સ્વગતોક્તિઓ અસરકારક નીવડે છે. એકાંકીમાં અમુક અંશે શિથિલતા પ્રગટ થતી હોવા છતાં અંતે તો કૃતિ અભિનયયુક્ત બની રહે છે.

હતાશા, નિરાશા અને એકલતા ઉપર વિશેષ ભાર મૂકતાં મહેશ દવેનો એકાંકીસંગ્રહ 'મને દ્રશ્યો દેખાય છે' વધુ ઉત્કૃષ્ટ છે. આ ઍબ્સર્ડ એકાંકીસંગ્રહમાં નાસીપાસી અને વૈફલ્યનો દારૂગોળો ઠાંસીઠાંસીને ભર્યો છે. આ રીતિવિશેષનો સર્જકે આ કૃતિમાં જે સફળ વિનિયોગ કર્યો છે. એ તપાસવાનું કાર્ય સૌથી રસપ્રદ બની રહે છે. આ ઍબ્સર્ડ એકાંકીસંગ્રહની પ્રત્યાયનરીતિ ભાવક માટે ઉપકારક નીવડે છે અને નાટકની ભાવસૃષ્ટિનું આહ્લાદ્ક દર્શન કરાવે છે. મહેશ દવે 'સંવાદોનું નવું લૉજિક' કહે છે તે યોગ્ય છે. પરંતુ જ્યારે 'સંવેદનાનું નવું લૉજિક' કહે ત્યારે એ તપાસ માંગી લે છે. અહીં વેદના કે સંવેદનાનું લૉજિક જૂનું કે નવું હોઈ શકે નહિ. 'પ્રત્યાયનની પૂર્વશરત' ના સંબંધમાં તો આ વસ્તુ વાચકની જ અપેક્ષા સૂચવે છે અને એટલે આ વિધાન સર્વ રીતે જોતાં માત્ર ઍબ્સર્ડ નાટકના સંબંધમાં જ યોગ્ય ગણાય. 'ઉત્તમોત્તમ દિગ્દર્શકો' ની વાત પછી 'કલ્પનાબુધ્ધિ' એ શબ્દસમાસ પણ ઍબ્સર્ડની જેમ આવકાર્ય છે. મહેશ દવે કહે છે કે,

"અભિનેતામાં લેખક અને દિગ્દર્શકની સમુચિત શક્તિઓ ન હોય તો નાટકની પ્રત્યક્ષીકરણની સર્વ શક્યતાઓ બર આવતી નથી. નવીન એકાંકી નાટકે જે દ્રશ્યશ્રાવ્યતાની ઉચ્ચાવચતા સિધ્ધ કરી છે તે એક ઘટના ગણાય." સર્જકનો આ સંદર્ભ યથાયોગ્ય છે. આમ, જગત અભ્યંતરમાં જે રીતે ગોઠવાયેલું છે. એ સમગ્ર સંદર્ભ આપણને 'મને દ્રશ્યો દેખાય છે' માં ઉજાગર થાય છે.

પ્રેમ પ્રક્રિયા, સ્નેહનો સંદર્ભ આ પરંપરાને સર્જક મહેશ દવે વળગી ન રહેતા એનાથી ઊફરા ચાલીને એનો વિરોધ કરે છે. સર્જક કિશોરના મુખે ઉદ્દેશશૂન્ય પ્રલાપ કરાવી લખે છે કે,

"ડિયર ચલો, આપણે બધાં એકબીજાને ચાહીએ."

'મને દ્રશ્યો દેખાય છે' એકાંકીમાં પ્રારંભમાં જ દ્રશ્યસૂચના દ્વારા બે અપરણિત મિત્રોની માનસિક દશા સજાતીય સંબંધ દ્વારા સર્જક રજૂ કરે છે. કિશોર વારંવાર બાથરૂમમાં ઘૂસી જાય છે. એમાં એના આત્મમૈથુનનું સ્પષ્ટ સૂચન છે. એના પહેલા શશી છોકરી તરફ આકર્ષાય છે. એને કિશોર સતત જોયા કરે છે. પછી છોકરી શશી પાસે બેસી જાય છે. ત્યારબાદ નાટ્યકર્તા મહેશ દવે અહીં એક માર્મિક સંકેત મૂકતાં લખે છે કે,

"કિશોર શશીને છોકરી તરફ જતો જોઈ રહે છે. શશી છોકરીની નોટ લઈને નીચે બેસી જાય છે. છોકરી શશી જોડે બેસી જાય છે. કિશોર આ જોઈને હોઠ ફફડાવે છે અને ખુલ્લી હથેલી પર હાથની મુઠ્ઠી ઠોકે છે." [9]

અહીં હોઠ ફફડાવવાની અને મુઠ્ઠી ઠોકવાની ક્રિયા નપુંસક રોષ ને એટલે કે Important rage ને પ્રગટ કરે છે. અંતે કિશોરની આત્મહત્યાના કૃત્ય દ્વારા એ શૂન્ય અવકાશનું પ્રત્યક્ષીકરણ થાય છે અને એમાં જ એનું પુંસત્વ નિહિત છે એ નાટ્યાત્મક irony અહીં નોંધનીય છે.

કલાકીય સાહિત્યમાં કામ, મૃત્યુની ભાઈબંધી વર્ષોથી ચાલી આવે છે. કામનાનું આ તીવ્ર આકર્ષણ એટલા માટે રહેતું હશે કે ચેતના સમગ્ર ભાવરૂપે ત્યાં સન્નધ્ધ હોય છે. આવી અનુભૂતિ મનુષ્યને મૃત્યુ સમયે પણ થતી રહે છે. પ્રેમ અને મૃત્યુ, મૃત્યુ અને સ્નેહ, સ્નેહનું મૃત્યુ અને મૃત્યુનો સ્નેહ આ સમગ્ર મનુષ્યના અસ્તિત્વની મહત્વની ક્ષણો છે. આ સમગ્રનું નિરૂપણ નાટ્યકલામાં અભ્યાસનો આસ્વાદ્ય વિષય બની રહે છે. આ મૃત્યુનું આલેખન થતાં તેની સાથે ઈશ્વરીય સ્મરણ યથાવત સંકળાયેલું છે. 'મને દ્રશ્યો દેખાય છે' માં આવતાં સંવાદ જુઓ,

કિશોર : બસ બંધ કર હવે. સાંભળ, છોકરી અને ઈશ્વર એ ક્રમે પહેલું અને છેલ્લું સ્ટેશન છે. હવે જો,

આપણે વચ્ચેના જ સ્ટેશને ઊતરી જવાની ટેવ રાખીએ. [10]

કિશોરમિત્ર શશી છોકરીમાં જ પ્રભુને નિરખી છોકરીમાં જવાની વાત કરે છે ત્યારે કિશોર પ્રશ્નાર્થી બની રહે છે. તે અનેક મુંજવણો અનુભવે છે. કિશોર જ્યારે એમ કહે છે કે, 'છોકરીએ આપણામાં આવવું જોઈએ' ત્યારે એમાં સંવાદનું નવું લૉજિક જોવા મળે છે. કિશોરની નપુંસકતાની માનસિક સ્થિતિ, એની આંતરિક નિરાશા અહીં ઉદાતતાથી આલેખાઈ છે. એની સાથે જ કિશોર પોતાની મૃત્યુની ચિતોમાં બે બંગડી હોમવાનું કહે છે તેમાં એની મૃત્યુની અપેક્ષા અને નપુંસકલિગતાનું પ્રાકટ્ય થાય છે. કિશોર કીડીને પણ લાફો મારવામાં અસમર્થ છે. એક બપોરે એક સ્ત્રી (કીડી?) વિધવા થઈ એની ભેંકાર haunting image છબી કિશોરના ચિતમાં જડાઈ ગઈ છે. આ આઘાતયુક્ત પરિસ્થિતિ અંતે અપરાધમાં પરિણમતી જોવા મળે છે. તેથી જ પ્રેમ અખાડાનું ઉદ્.ઘાટન ના થઈ શકતાં આપઘાત આખાડાનું વસ્તુ નાટકના અંતિમ ચરણમાં દર્શાવાયું છે અને નાટકની ગતિ સાથે એ વધુ સંવાદી બન્યું છે. મિત્ર શશીના કહ્યા મુજબ કિશોર બાથરૂમમાં જઈ છોકરીના પ્રથમ સ્ટેશનેથી નીકળી ઈશ્વરના અંતિમ સ્ટેશનની તાકાત નહિ હોવાથી આત્મનાશના વચલા સ્ટેશને જ ઊતરી જાય છે. જેને દ્રશ્યો દેખતાં હતાં એની જ હત્યાનું દ્રશ્ય શશીને જોવાનું થાય છે. અહીં આ એબ્સર્ડ એકાંકીમાં પ્રગટ થતી છીછરાશ, બાલિશતા, અનુત્તરદાયિત્વ અને અગંભીરતાથી રખડતા મૂકવામાં આવેલી સર્જકની યોજના કાર્યરત નીવડે છે. કિશોરનું મૃત્યુ તરફનું આગમન એકાંકીના પ્રારંભથી જ સ્પષ્ટ થાય છે. કિશોર શશીની સામે પ્રલય થયો હોય એવા દ્રશ્યો રસપૂર્ણ રીતે સર્જે છે. એમાં શશીને કિશોરના મૃતદેહની હાલત પૂછવાની મજાકપૂર્ણ ચેષ્ટા કરવાનું ગાંડપણ સૂઝે છે. ત્યાં અંતિમ પૂર્વસૂચન સહજતાથી આલેખાયું છે. શશીને અસ્તિત્વની નિરર્થકતાનો આઘાત નથી લાગ્યો. એના કેટલાક સંવાદો સરળતાથી દર્શાવાયા છે :

શશી: જા જા સ્વાદ થતો હોય તો ચાટ રસો અને નવ્વાણું ચીસો !

આ એકાંકી પ્રમાણે જોઈએ તો શશી કિશોરની તુલનાએ ગૌણ પાત્ર બની રહે છે. રાક્ષસી પંખિણી જેવા પિતા ને છોકરીના રૂપસંકરની જેમ ભૂત અને મનુષ્ય યોનિનો શંભુમેળો પણ અહીં આકર્ષક રીતે આલેખાયો છે. તેથી કિશોરના સંવાદો જુઓ !

કિશોર : શશિયા આપણે ભૂત છીએ, આપણને કોઈ જોઈ શકતું નથી. આપણે બધાને જોઈ શકીએ છીએ. [11]

આ એકાંકીમાં કિશોર બાદ શશીને તો મનુષ્ય થવું પણ ગમતું નથી જ્યારે એની સંગતની છોકરી કહે છે ! આપણે માણસ થઈ એ તો કોઈક જોઈ જાય ને ! માટે ભૂત જ સારાં. સર્જક મહેશ દવે અહીં આ એકાંકીમાં જે ભૂતોનો સંદર્ભ પ્રગટ કરે છે. તે અત્યંત નવીન છે. વાતવાતમાં કિશોર ઈશ્વરને પણ સુધરવાનું સૂચન કરે છે. સર્જકના હૃદયમાં પડેલી અસ્તિત્વની સાર્થકતાની વ્યાખ્યા આ નિરર્થકતાના ગાણા સમાન નાટ્યરચનામાં આ સંવાદ દ્વારા પ્રગટ થાય છે : 'તને એક માણસ બનતાં પણ નથી આવડતું. તારા અસ્તિત્વનો અર્થ શો ?' તો આનાથી તદ્દન વિરોધાભાસ દર્શાવતાં શશીના સંવાદો કઈંક આ રીતે છે કે,

"પરપીડન કરવું છે, આત્મપીડન કરવું છે. સુધર સુધર, ભૂત બનીને સુધર. આવો માણસ જેવો ક્યાં સુધી રહીશ. જોયું નહીં કેટકેટલી લાશો પાણી પર તરતી હતી !"

અહીં આ સંવાદ પરથી લાગે છે કે, શશીનું કહ્યું માનીને કિશોર બાથરૂમના પાણીમાં પોતાની લાશ તરતી મૂકે છે. શશી કહે છે કે, 'કશું ન બને તે જ સારું પણ આમ તો કશું બનતું જ નથી !' કિશોરની માતા મૃત્યુ પામી છે એવો તાર મળતાં જ કિશોર કહે છે કે, "મરી ગઈ લાઈટ ઑફ...' અને શશી કહે છે કે, 'એક આઘાત મરી ગયો' ત્યારે કિશોર કહે છે કે, 'મારો બાપ છૂટયો!' આવા સંવાદો તદ્દન પરંપરા વિરુધ્ધના છે. તેથી જ કદાચ કિશોરના મૃત્યુ પછી શશી પણ છૂટયો એવું ભાવકને પ્રતીત થાય નહિ તેથી સર્જકે અંતે સમજીને જ કારણસર સ્પષ્ટ સૂચના રજૂ કરી છે :

"તખ્તા પર શશી દેખાય નહીં પણ ત્યાં ફકત એની બૂમોની જ જરૂર હતી!" [12]

મહેશ દવે કૃત 'મને દ્રશ્યો દેખાય છે' એકાંકીસંગ્રહ વિશે સંપાદન રજૂ કરનાર ડૉ. રાજેશ એચ. ત્રિવેદીના મતે "ગુજરાતી એકાંકી સાહિત્યમાં વીસમી સદીના પાંચમા દાયકાથી દસમા દાયકા દરમિયાન વસ્તુ, વિગત, રચનાશૈલી, રંગમંચ ક્ષમતામાં વ્યક્તિગત પ્રયોગ થવા લાગ્યા તેમાં નિરૂપ્ય જીવન, સ્થળકાળનાં નૂતન

પરિમાણો, નૂતન અર્થાન્તરો અને તેને માટે આવશ્યક ભાષાની શોધ મધુરાય, લાભશંકર ઠાકર, આદિલ મન્સૂરી, ચિનુ મોદી, સુભાષ શાહ, મુકુન્દ પરીખ, શ્રીકાન્ત શાહ, ઈન્દુ પુવાર, મહેશ દવે વગેરેના એકાંકીઓમાં આરંભાઈ ચુકી હતી. આમ, મહેશ દવેના એકાંકી અગાઉની પેઢીના એકાંકીકારોથી ઘણી બધી બાબતોમાં જુદા છે. ભાવકને નાટક સાથે પોતાને જોડવા પોતાના ખ્યાલ, સમજ અને અપેક્ષાઓ બદલવી પડે તેમ છે. મહેશ દવેના એકાંકીઓ માત્ર કલાસ્વરૂપ, રચનારીતિ કે ભાષા બાબતે જ નહીં પણ જીવન, જગત અને કલાવિષયક ખ્યાલનેય નવી દ્રષ્ટિએ જોવા ફરજ પાડે છે, મહેશ દવે પાસેથી માત્ર એક જ એકાંકી સંચય 'મને દ્રશ્યો દેખાય છે' મળે છે. પરંતુ સંખ્યાની દ્રષ્ટિએ વધુ એકાંકી ન લખનાર મહેશ દવેના એકાંકીઓને ગુજરાતી સાહિત્યના મહત્વના સંપાદનોમાં સ્થાન મળ્યું છે. ગુજરાતી સાહિત્ય પરિષદના વિનોદ અધ્વર્યું સંપાદીત 'એકાંકી સંચય-2' માં એમનું 'બૂમ' એકાંકી સમાવિષ્ટ છે. તો ગૂર્જર ગ્રંથરત્ન કાર્યાલયના સતીશ વ્યાસ સંપાદીત 'અદ્યતન એકાંકી સંચય' માં એમના 'લોહી વરસતો ચંદ્ર' એકાંકીનો સમાવેશ થાય છે. આમ, આધુનિક ગુજરાતી એકાંકી સાહિત્યમાં મહેશ દવેનું ચોક્કસ સ્થાન છે." 13

આ રીતે મહેશ દવે કૃત 'મને દ્રશ્યો દેખાય છે' એકાંકીસંગ્રહ વિશે ડૉ. રાજેશ એચ. ત્રિવેદી દ્વારા કરવામાં આવેલ સંપાદન સર્વથા યોગ્ય છે.

આમ, મહેશ દવે કૃત 'મને દ્રશ્યો દેખાય છે.' એકાંકીસંગ્રહના સમગ્ર એકાંકીઓ ગુજરાતી સાહિત્યના ઍબ્સર્ડ નાટકોના અવતરણ સમા હોઈ ખૂબ જ મહત્વપૂર્ણ છે. મનુષ્યમાં રહેલી હતાશા, નિરાશા, વેદના, એકલતા આ સમગ્ર ભાવોનું અહીં ઉત્કૃષ્ટ આલેખન પ્રગટ થયું છે. ઍબ્સર્ડડીટિ અને ઍબ્સર્ડ નાટકોના વિચારો આ એકાંકીસંગ્રહમાં ખૂણે-ખૂણે ઉજાગર થતાં જોવા મળે છે. જે શ્રી મહેશ દવેની અનેરી સિદ્ધિને તાર્દશ કરે છે.

-: પાદનોંધ :-

1. **'મને દ્રશ્યો દેખાય છે' – મહેશ દવે (પૃ - 55)**
2. **'મને દ્રશ્યો દેખાય છે' – મહેશ દવે (પૃ - 57)**

3. 'મને દ્રશ્યો દેખાય છે' – મહેશ દવે (પૃ - 57)
4. 'મને દ્રશ્યો દેખાય છે' – મહેશ દવે (પૃ - 59)
5. 'મને દ્રશ્યો દેખાય છે' – મહેશ દવે (પૃ - 59)
6. 'મને દ્રશ્યો દેખાય છે' – મહેશ દવે (પૃ - 62)
7. 'મને દ્રશ્યો દેખાય છે' – મહેશ દવે (પૃ - 62)
8. 'મને દ્રશ્યો દેખાય છે' – મહેશ દવે (પૃ - 68)
9. 'મને દ્રશ્યો દેખાય છે' – મહેશ દવે (પૃ - 45)
10. 'મને દ્રશ્યો દેખાય છે' – મહેશ દવે (પૃ - 43)
11. 'મને દ્રશ્યો દેખાય છે' – મહેશ દવે (પૃ - 51)
12. 'મને દ્રશ્યો દેખાય છે' – મહેશ દવે (પૃ - 54)
13. 'મહેશ દવેનો એકાંકીઆલમ – ડૉ. રાજેશ. એચ. ત્રિવેદી (પૃ – 1)

4
મહેશ દવેની ક્યુબિસ્ટ કવિતાનો સઘન અભ્યાસ

'બીજો સૂર્ય' ક્યુબિસ્ટ કાવ્યસંગ્રહનો અભ્યાસ

'બીજો સૂર્ય' મહેશ દવેનો પ્રથમ કાવ્યસંગ્રહ છે. આ સંગ્રહનું શીર્ષક જ ઘણાબધા રહસ્યને ઉજાગર કરે છે. 'પહેલો' નહિ, પરંતુ 'બીજો સૂર્ય' કેમ? મહેશ દવે થોડોક સમય સાહિત્યકાર સુરેશ જોશીના સાનિધ્ય હેઠળ રહીને સર્જન કરતા રહ્યા અને સુરેશ જોશીની કલમે સુંદર વાર્તાઓ રચતા રહ્યા ત્યારપછી તેમણે સ્વ લેખનકાર્ય જ લેખાય. જેના પરિણામ સ્વરૂપ આપણને ગુજરાતી સાહિત્યમાં 'ક્યુબિસ્ટ' શૈલીમાં 'બીજો સૂર્ય' કાવ્યસંગ્રહ પ્રાપ્ત થાય છે. કવિ મધુ કોઠારીનું આ વિધાન અહીં ટાંકવા જેવુ છે કે, "ક્યુબિઝમની શૈલીની વિશિષ્ટતા સ્થૂળ નહિ પરંતુ સૂક્ષ્મ ડિસ્ટોર્શનમાં પ્રગટ થાય છે. મહેશ દવેનો કાવ્ય સંગ્રહ 'બીજો સૂર્ય' દ્વારા પ્રતીત થાય છે કે તે પુરોગામી સાહિત્યકારોના પ્રયોગોને આગળ છપાવવા ઈચ્છે છે. તેથી જ એકના એક સૂર્યને બીજા સૂર્યમાં પરિવર્તન કરવાની ક્યુબિસ્ટ શૈલી સાથે નવીન દ્રષ્ટિ, નવા પરિમાણો, નવા પરિપ્રેક્ષ્યો અને નવીન સંવેદનાઓને પોતાના સર્જનમાં સ્થાન આપે છે. આ નવીન પુરુષાર્થીનું કાવ્યમાં એક વિશેષ

મૂલ્ય હોય છે. મહેશ દવે ચિત્રકાર નથી, પરંતુ ક્યુબિસ્ટ ચિત્રશૈલી સાથેનું એમનું અનુસંધાન આ કાવ્યસંગ્રહમાં પ્રગટ થતી ક્યુબિસ્ટ શૈલીના અનુસંધાનમાં પ્રતીત થાય છે અને એ દ્વારા કવિતાનું પોતીકું પરિણામ લાવવામાં મહેશ દવેનો પ્રયત્ન સંનિષ્ઠ રહ્યો છે.

ઓગણીસમી સદીના અંતમાં અને વીસમી સદીની શરૂઆતમાં પ્રાકૃતિક ચિત્રો અને કુદરતના વાસ્તવિક સ્વરૂપ સામે ચિત્રકારોએ જે પ્રતિકાર કર્યો, એમાં એલસ્ટ્રેક્ટ શૈલીનો પ્રારંભ થયો. ક્યુબિસ્ટ શૈલી એલસ્ટ્રેક્ટ શૈલીની એક શાખા જ છે, સીઝેને ઈમાઈલ બર્નાડ સાથેના પત્રમાં લખ્યું છે કે, "you must see in nature, the cylinder, the sphere, the cylinder, the sphere, the cone." અને આ સંદર્ભને બ્રાક તથા પિકાસો જેવા ચિત્રકારોએ સિદ્ધ કરી બતાવી છે. ચિત્રમાં મૂર્ત થતા પદાર્થોના વાસ્તવિક રૂપને બદલીને ચીતરેલી ચિત્રસપાટીના વાસ્તવ પરનો ભાર અને એ દ્વારા કુદરતી પદાર્થોની વાસ્તવિકતાને છોડી દઈ, ભાવકના જગતમાંથી પદાર્થને ખેરવી તેમજ ભાવકને સંપૂર્ણપણે એના મૂળમાંથી ઊંચકી સર્જકની સત્તામાં સ્થાપી દેવાનો ઉપક્રમ પ્રગટ થાય છે. પિકાસોએ ક્યુબિઝમની વ્યાખ્યા અને વિશેષતાને સ્પષ્ટ કરતાં કહ્યું છે : "ક્યુબિઝમ એક ભાષા છે પણ વિચારોની કે માહિતીઓની કે રૂઢ માનવ - લાગણીઓની સામાન્ય સંક્રાન્તિ કરવા માટેની એ ભાષા નથી પણ કલાની ખાસ આકૃતિ સાથે જેને વિશેષ સંબંધ છે એવી કલાની - એ વિલક્ષણ ભાષા છે." ઉચ્ચ પ્રકારનો કાવ્યસંગ્રહ સર્જકને ઊંચી કોટિની પ્રસિદ્ધી અપાવે છે. સીધી-સાદી અનુભૂતિને કવિ વિશિષ્ટ છબી દ્વારા અભિવ્યક્ત કરી એક ઉત્કૃષ્ટ સર્જન પ્રગટ કરે છે. આ છબી એ સાહિત્યમાં એક ઉત્તમ ઘટક છે. છબી એ એક ટાપુ છે. જેના ઉપર ઉભો રહી કવિ આસપાસના જળને નિહાળીને ફરતી રૂપબધ્ધ રચનાઓ કરી શકે છે અને આ છબી આપણને મહેશ દવેની રચનાઓમાં જોવા મળે છે. તેમણે અથાક પ્રયત્નો કરીને પોતાના આંતરિક ભાવોનું પ્રગટીકરણ કરીને એક નવીન વિભાવના રજૂ કરી છે. એક છબી જે વારંવાર આવે છે તે 'ચૂડેલ' ની છે. ચેડલ દ્વારા જીવનમાં રહેલી કઠોરતા સૂચવે છે. એવી જ બીજી છબી 'પ્રેત' ની છે. આ ઉપરાંત આ કાવ્યસંગ્રહમાં કેટલીક સફેદ છબીઓ પણ પ્રતીત થાય છે. જેમ કે, 'શ્વેત વાયસ' પૃષ્ઠ-25,

'લાલબત્તીનો શ્વેત પ્રકાશ' પૃષ્ઠ-45, 'શ્વેત ભ્રમર' પૃષ્ઠ-15 માં સફેદ રંગમાંથી પ્રગટતી નિઃસારતા પ્રતીત થાય છે. તો 'સબમરીન' ની છાપનો વિનિયોગ કરીને કવિએ નવીન જ quantum ઉભું કર્યું છે. 'હું સબમરીન છું' માં કવિએ સબમરીન સાથે જોડાયેલી સાંગોપિત સૃષ્ટિ રચી છે. જેમાં માનવીય માનસમાં રહેલા અસંપ્રજ્ઞાત ભાવોનું નિરૂપણ જોવા મળે છે. આ રીતે આખી અલગ જ પ્રતિભા ખડી કરવાનું સામર્થ્ય મહેશ દવેમાં પ્રતીત થાય છે.

'બીજો સૂર્ય' કાવ્યસંગ્રહમાં મહેશ દવેનો ક્યુબિસ્ટ આશય ઠેર-ઠેર ઉજાગર થતો પ્રતીત થાય છે;

"ચિત્રો દોરી વાસ્તવમાંથી છટકવા
આંતરડું વીંઝયા કર્યા વિના બીજું
કોઈ કાર્ય અવશિષ્ટ નથી રહ્યું." [1]

"અવકાશમાં મળશે કદી પગલાં –
તો આ પૃથ્વી પર રહેવું નથી
આ પૃથ્વીને તો આગ ચાંપો,"[2]

કવિ કુદરતના વાસ્તવિક રૂપને હણવા માટે વારંવાર અકુદરતી રીતિ અને માદક પદાર્થોનું આલેખન કરતાં જોવા મળે છે. જેમ કે,

"મદિરાનો એક પેગ ચઢાવી વિચારી જુઓ."
"L.S.D. લઈને વિચારવા જેવી હકીકત છે." [3] તો
"સિગારેટમાં ચરસની ગાંગડી મૂકી.
બે-દમ ખેંચી લઈને" [4]
"ઝેરની એક પ્યાલી ગટગટાવી, મમ્મો ચચ્ચો સંભળાવું."

આ રીતે કવિ માદક પદાર્થોનો આશ્રય લઈ અનુભૂતિ અને સંવેદનાની વક્રતાને બાહ્ય વાસ્તવને બદલે આંતરિક વાસ્તવમાં ઢાળી કવિતાને અનુપકારક એવી તર્કપદ્ધતિનો કેટલાક અંશે બહિષ્કાર કરે છે.

"તર્ક જેથી હંબગ ચીજ જગતે કદી નથી સજી."

કવિને ખબર છે :

"ભોમથી વ્યોમ સુધી
તર્કના ચક્ર પર પટ્ટો ચઢાવી.
મશીન ચલાવી શકાય." [5]

આ રીતે કવિ અહીં કહેવા માંગે છે કે તર્કના ચક્ર પર મશીન ચલાવી શકાય પરંતુ કવિતા ન ચલાવી શકાય. કવિએ અહીં કવિતાને સાહજિક રીતે આત્મસાત કરી છે અને તેથી જ મહેશ દવેની મોટાભાગની રચનાઓમાં મસ્તિષ્કના ગોળામહીંના તર્કમુક્ત સાત સમુદ્રના ઉચ્છ્.વાસ જીવ, નિષિધ્ધ પ્રદેશોના ફોસ્ફરસરૂપે અને બિનઐતિહાસિક અચેતન રૂપના પ્રતીકો રૂપે પ્રગટ થાય છે. આથી જ કવિ ‘રુરુદિષા’ માં કહે છે કે,

"ભડકે બળતાં લીલાં ખેતર વાવોને
ડૂંડામાં આકાશ છલકાતું લાવોને
ભૂંડોના ટોળામાં રમવા ચાલોને."
પણ
"રૈવર ઉભા રહો જરી
પ્રવેશબંધનું પાટિયું છે અહીં." [6]

તો ‘પ્રવેશબંધ’ ની વિરુધ્ધ કવિનો પડઘો મૂલ્યનારાની ઉત્કૃષ્ટ ભૂમિકા બાંધે છે.

"ચવાણું તો માતપત્ય!
ઈશ્વર ખાય
ચલ્લી ચાખે
દુનિયા આખી ચવાણું." [7]

તર્કમુક્ત નિષિધ્ધ પ્રદેશોની સપના જેવી સંદિગ્ધ તરંગસૃષ્ટિ, અચેતન અને અર્ધચેતન પ્રતીકોનો ક્રમ, ગ્રામીણ અને નગર, કુદરતી અને અકુદરતી સાહચર્યોની ઉપસ્થિતિ, આદિમ અને સાંસ્કૃતિક, પૌરાણિક પદાર્થ અને આધુનિક પદાર્થનો એકસરખો પ્રયોગ, ઍનેલિટિકલ ક્યુબિઝમને સ્થાને સિન્થેટિક ક્યુબિઝમનો કોલાજ પ્રયોગ - આ સર્વનો પરિચય કવિ આપણને એક ‘ક્યુબિસ્ટ કાવ્ય’ અને ‘રુરુદિષા’ માં કરાવે છે. નિષિધ્ધ પ્રદેશોનાં ચારેબાજુ વિખરાઈ પડેલા લૈંગિક સાહચર્યો ઘણીબધી રચનામાં પ્રગટ થતાં પ્રતીત થાય છે. જેમ કે,

"સાંજને સવારની નીવિ કોઈ ઢીલી કરે
એને અંધારાનું આપી દો ઈનામ" [8]
"બૃહસ્પતિની લાળ ચાટતો

લટ પંપાળી હોઠ ચાટતો" [9]
શુક્રકણોને શુક્રપૂડામાં સંભરતો" [10]
"સૂર્ય રક્ત રંધ્રમાં કરે પછાડ"
"હમ્મુરાબી નામનો એક અસલી માણસ
દાઢમની જવાળાઓમાં
રક્તરંગી ડહાપણની દાઢો વચ્ચે
ભચડક કરતો ઊભો થયો." [11]
"પણ કશુંક નક્કર ફરસને કાણું પાડી
નીચે લસરી જાય.
નીચે લસરી જતું કશુંક
નક્કર લસર્યા કરતું
અવરોધ વિના." [12]
"પેલો પૂંછડીયો તારો કાયમ દેખાય છે." [13]

કવિ આ કાવ્યસંગ્રહમાં શબ્દોની પદાવલીને પણ અલગ રીતે જ પ્રયોજે છે જાણે આ શબ્દો એક કતારમાં જોડાઈને દોડતા હોય એવું પ્રતીત થાય છે જેમ કે,

વહી વહી
રહી રહી
વહી વહી [14]

તો કેટલીકવાર વાક્ય અંતર્ગત શબ્દોના પ્રાસને સાંકળવા માટે જૂની આંતરયમક યોજનાનો આધુનિકયોગ પ્રગટ કર્યો હોય એવું લાગે છે.

"કેવો જામ્યો છે કોલાહલ, હલાહલ" [15]
"વીંઝાય ક્યાંથી મૂર્ખ! ફૂખ ! દુઃખ" [16]
"વિરાટ વિશ્વરૂપદર્શન – હિપ્પોપોટેમસ
છે તેને ફાડી ટુકડા ટુકડા કરી
રકત રિક્ત મંગળની ખીણોમાં ભંડારી
દેવાનું મન થાય છે." [17]
"ને જવાળામુખી સૂર્યમુખી ફાટ્યો છે."
તો ઘણા કાવ્યોમાં શબ્દનું તરલ સ્વરૂપ પ્રતીત થાય છે.
"આકાશમાં તરતા પીંછા પર

પ્રતિપદા ઝિલાય." [18]

તો ક્યાંક ક્રિયાપદોના માધ્યમ દ્વારા કૃતિને વિશિષ્ટ ચમત્કૃતિ અપી છે. જેમ કે,

"જાણે આઈસબર્ગ
તરતો, ઓગળતો, તતડતો."

આ ઉપરાંત આ કાવ્યસંગ્રહમાં કવિ દ્વારા 'જિગીષ્ણાઓ', 'બિલબિલાન', 'પિપ્પીલિકા', 'માતપત્યા', 'અમર્ષ', 'લેંબામિયાં' જેવા નવીન શબ્દોનો વિનિયોગ પણ દ્રષ્ટિગોચર થાય છે.

આ સાથે કવિ કવિતાનું ઇન્ટરપ્રિટેશન રજૂ કરે છે:

"આકાશમાં તરતું
છજું.
ઊભી જરા ઝૂકી.
દૂરના પોલાણમાં ચમકે ચળક.
ચામડી પર રોમેરોમે.
સળવળે કીડા.
શ્વેત બાહુમાં ભીંસાતું પ્રેત.
લસરે લાળ લસરે.
ચમકે ચળકે
લાળ લસરે ભ્યંતરે." [19]

'બીજો સૂર્ય' કાવ્યસંગ્રહની કેટલીક રચનાઓમાં કવિ સંવેદનાની વક્રતાને ભાષા સાથે સાંકળી શકતા નથી. 'બીજો સૂર્ય' કાવ્યસંગ્રહમાં તાજગીનો ઉજાસ દ્રષ્ટિમાન થાય છે. તેમ છતાં શબ્દ અને સંવેદન વચ્ચેનું જોડાણ સધાતું નથી. બીજા શબ્દોમાં કહીએ તો કવિનું euphonics અભાવયુક્ત છે. તર્ક મુક્તિ બાદ કવિએ ભાષાનો જે trance પકડવાનો છે ભાવક જેને duende કહે છે આ કાવ્યોમાં અભાવ વર્તાય છે. વર્ણોની સુગ્રથિત ગૂંથણી, નવીન શાબ્દિક સંદર્ભ અને એમાંથી ઉપજતી સર્જકની લય ક્ષમતા આ રચનાઓમાં ક્યારેક જ પ્રતીત થાય છે:

"અંતરગંગાનાં હલબલ વારિપોચા હૈયાની હલચલ
ડોલતી લડખડાતી ઝાંઝવી રેવાલ,
હેલન દોડે છે. નિરંતર સહરામાં સહદેવ

ઝહાનુમી ઝન્નતી
એહરુન્નિસા
નિશાના શુકમાં જોઈ છે ને જોઈ છે
વાંસવનની વાંસળીના નાદે મૂર્તિ ડોલાવતી
રફતાર." [20]
"... પ્રિયતમ
ઋજુ સ્પર્શ, સરકતી છાયા, કંચનવરણી
કાયા - વિવરનો વિસ્તાર, પ્રિયપહમ :" [21]
"શબ્દ વિનાની છળભરી સૃષ્ટિમાં શબ્દ છે ઘણા
વાયુ વિનાની વનસૃષ્ટિમાં વન છે ઘણાં
વન વિનાની નગરસૃષ્ટિમાં અવાજો છે ઘણા."
"આકાશમાં દીવાઓની ટ્રેઈન
દિશાઓની શોધમાં
દોડી રહી ગોળબોળ."

મહેશ દવે કૃત 'બીજો સૂર્ય' કાવ્યસંગ્રહની એક અનન્ય સિધ્ધિ એમના કાવ્યોમાં રહેલા શ્રાવ્ય સ્વરૂપમાં દ્રષ્ટિમાન થાય છે. જેમાં શબ્દો સંગીતમય તાલ સાથે એક ભૌમિતિક નકશો દોરે છે અને સ્વરોની મધુરતા ધ્વનિના આર્વતનોની અનુભૂતિ સુગમ રીતે કરાવે છે. આ માટે 'नास्ति' કાવ્ય દ્રષ્ટાંત રૂપે લઈ શકાય. જેમાં શબ્દોની hieroglyphic (ચિત્ર લિપિ) નું ઉત્તમ દ્રષ્ટાંત પ્રાપ્ત થાય છે. જેમાં એક લય દ્વારા એક શબ્દમાંથી બીજો શબ્દ સંકળાઈને પ્રગટ થાય છે અને અનોખું ચિત્ર ઊભું કરી, અવાજ સાથે બીજા શબ્દોને આપણા હૃદયમાં ઉજાગર કરે છે. જેમકે,

"પડઘમ ત્રાડ અને ક્યાં
ફાંફા
પથ્થર ઉડતા પડઘા
વિહંગ એકલ
દોકલ
કબર જાગતી વંધ્યાના ચિત્કાર
હોડીમાં દરિયો તરતો જાય
સ્મશાને [22]

તો કવિ ઘણી રચનાઓમાં coupled feelings (જોડાયેલી લાગણીઓ) નો ઉપયોગ કરી સરલતાથી પોતાના સંદર્ભની અભિવ્યક્તિ કરાવે છે એટલે કે કુદરતી ઘટકો અને અકુદરતી ઘટકોને સાંકળીને એક નવીન આકૃતિ સર્જે છે.

- "રેસ્તૂરાંના નીડમાં ભરાઈ જાઉં." [23]

- "આવળનાં ફૂલોનો પીળો રંગ
વીજળીના દીવામાંથી ઝરમરે છે
ને મધ્યરાત્રિએ
ભિખારણના ઉરોજમાંથી મધુસિંચન કરે છે." [24]

તો પિકાસો જે indigestion of greenness થી પીડાવાની વાત કરે છે. આપણા કવિ મહેશ દવે પણ આજ પરિમાણમાંથી પસાર થતાં હોય એવું પ્રતીત થાય છે જેમ કે,

- "ભડકે બળતા લીલા ખેતરમાં જલી ગયેલી" [25]

- "એરકંડિશનના ઉચ્છવાસમાં શ્વાસ લેતો
લીલોતરી રંગ
કાચના અવાજમાં ખખડતો
ખનનન ..... ખન" [26]

- મારી લીલી વાડીમાં મોરનું વૃક્ષે ગહેકે છે
(એક અશુધ્ધ કાવ્ય)

- "વેશ્યાઓનાં મકાન ઊભાં
લીલાંલીલાં." [27]

મહેશ દવે પોતાના આગવા ઢંગથી ક્યુબિસ્ટ કાવ્યમાં 'ગાડીના ડબ્બા જેવી ઓરડી' માંની પંક્તિઓ દ્વારા એડગર એલનપોની સૃષ્ટિમાં લઈ જવાનો પ્રયત્ન કરે છે, વિવરોના વિસ્તાર, હમ્મં - હમ્મં જતો હાથી કોઈની કાંધ પર વાંસળી વગાડતો વૃધ્ધ. આ ઉપરાંત ચૂડેલના વાંસામાં શ્વેત ભ્રમર, મેન્ટલ, રૂપાલની પલ્લીનું ચવાણું, પોલાણોમાં દોડતાં શાહમૃગ, એસાયલમમાં માખી - ઈશ્વરના પર્યાય - આ સમગ્ર દ્વારા કવિ પોતાના અવચેતનની લીલાસૃષ્ટિની પ્રતીતિ કરાવતાં કહે છે કે,

"તો પછી અંદર કેમ ના થાય
આતશબાજી

ભર્યાભાદર્યા શબ્દ વિસ્ફોટોની !"

આમ મહેશ દવેનો પ્રગટ થતો આ શબ્દવૈભવ તેમજ આ શબ્દો સાથે જોડાયેલી સંવેદનાઓનો વિસ્ફોટ ભાવકને તલસ્પર્શી જાય છે.

મહેશ હવે 'બીજો સૂર્ય' કાવ્યસંગ્રહમાં સૂર્યનું કલ્પન કંઈક ભિન્ન રીતે કરે છે. આપણે રોજ સૂર્યોદય અને સૂર્યાસ્તને નિહાળીએ છીએ. પરંતુ મહેશ દવેને તો આદિકાળના સૂર્યમાં નહિ પરંતુ નવા કાલ્પન તરીકે 'બીજા સૂર્ય'ના સંદર્ભને પ્રગટ કરવો છે. તેમને માનવસૃષ્ટિ પર પ્રકાશ ફેલાવતા પહેલા સૂર્યમાં રસ નથી પરંતુ પેલા 'બીજા સૂર્ય'માં તેની ચેતનામાં પ્રગટ થતી અનુભૂતિની અભિવ્યક્તિને પ્રગટ કરવામાં છે. આ ઉપરાંત પણ ઘણીબધી નવીન અનુભૂતિઓ આ કાવ્યસંગ્રહની ઘણીબધી રચનાઓમાં 'નૂતન' બનીને અભિવ્યક્તિ પામી છે આ 'નૂતન' અભિવ્યક્તિ એટલા માટે કેમ કે પિકાસોએ જે ચિત્રશૈલી પ્રયોજી હતી તે 'ક્યુબિઝમ' ની અસર કેટલાક સાહિત્યકારો પર વિશેષ જોવા મળી. જેમાં સાહિત્યમાં લલિતકલામાં તેનું નવીન આકર્ષક પ્રતીત થાય છે અને આપણા સાહિત્યમાં મહેશ દવેના કાવ્યસંગ્રહ 'બીજો સૂર્ય' માં એ ક્યુબિઝમ શૈલીની છણાવટ જોવા મળે છે.

'અક્ષરો પર ચોંટેલી સંવેદના', 'નાસ્તિ', 'ઓગણીસમો અધ્યાય', 'બીજો સૂર્ય', 'ધ્વનિ', 'રુરુદિષા', 'એક ક્યુબિસ્ટ કાવ્ય' આ સમગ્ર કૃતિઓમાં કવિનો ક્યુબિઝમ શૈલી પ્રત્યેનો સભાન પ્રયત્ન પ્રતીત થાય છે. પરંપરાથી પરે એવી પ્રયોગની સભાનતા આ રચનાઓમાં જોવા મળે છે. શૈલી એ કાવ્યનો આત્મા નથી. પરંતુ આ શૈલી દ્વારા કવિ પોતાની અનુભૂતિની અભિવ્યક્તિની તીવ્રતા પ્રગટ કરે છે. તો ક્યારેક નવીનતાનું દર્શન કરાવે છે. આ સંગ્રહની વાત કરીએ તો આ પ્રાયોગિક નવીનતમ ક્યુબિઝમ શૈલી કેટલીક જગ્યાએ ધારી તીવ્રતાને પ્રગટ કરવામાં સફળ રહી છે. 'નાસ્તિ' અને 'ઓગણીસમો અધ્યાય' જેવી કૃતિઓ એની સાક્ષી બને છે. તો ક્યાંક 'રુરુદિષા' અને 'ધ્વનિ' જેવી કૃતિઓમાં પ્રસ્તારને લઈને અસહજ આયાસ ખુલ્લો પડી જતો જોવા મળે છે.

ચિત્રકલાની શૈલી અને સાહિત્યકલાની શૈલી આ બંને વચ્ચે ઘણો ભેદ છે. જે એક પ્રયોગ અને અનુભવનો વિષય બની રહે છે. ચિત્રકલામાં રંગો - રેખાઓ દ્વારા આગવી અસર નિપજાવી શકાય છે.

તેમજ તેમાં દ્રષ્ટિકલા પણ અસરકારક નીવડે છે. જ્યારે સાહિત્યકલામાં માત્ર શાબ્દિક અસર કામે લાગે છે. તેથી આ ક્યુબિઝમ શૈલી કવિ પાસે થોડો વધારે ઉદ્યમ કરાવે છે. એક ક્યૂબ અને બીજો ક્યૂબ તારવીને પકડવામાં તેમજ એ ક્યુબની શૃંખલા જોડવામાં વાચકે પોતાની સમગ્ર બુદ્ધિમતા અને કલ્પ કાલ્પનિક તરંગો વધારે સમૃધ્ધ બનાવી પ્રવાહિત કરવા પડે છે અને કવિની સાથે-સાથે ભાવકને પણ ક્યુબિઝમ શૈલીની આકૃતિને પામવા માટે ઘણો માનસિક પ્રયાસ કરવો પડે છે. જેમ કે, 'આંગણીસમો અધ્યાય' કાવ્યના પ્રારંભમાં જ ભગવદ્.ગીતાના અઢાર અધ્યાયનું આલેખન કરી કવિ નવો જ ક્યૂબ એટલે કે ઓગણીસમો અધ્યાય પ્રગટ કરે છે.

'નાસ્તિ' માં કવિ ભમરાની સાથે કર્ણનો અને તાંદુલ સાથે સુદામાનો ક્યૂબ સાંકળીને લખે છે કે.

"ભમરા ડંખે ટોળાં
પાંખ પ્રસારી ગૂંચળાં
સાથળ વચ્ચે સાથળ ખીણમાં." 28

તો,

અહીં કવિ આ ભમરા અને તાંદુલના સંદર્ભ દ્વારા કહે છે કે, ભમરાનાં ટોળા જે કર્ણની સાથળ કોતરી ગયા તે ભમરાનાં ટોળા મારી સાથળની ખીણમાં ચકરાવા લે છે. તો બીજા જ ક્યૂબમાં કવિ

"છાલક છમ છમ ઘમ્મર ઘમ્મર
ફ.હોવાયેલા કપોલ વચ્ચે
નાવ મહીં ત્યાં દરિયો ભરચક" 29

અહીં ભમરાઓના ડંખ અસહ્ય બની જાય છે કારણ કે, જન્મ જન્માંતર પૂર્વે હું કર્ણ હતો અને ગુરુ પરશુરામ પાસે છલ કરીને હું વિદ્યા પામ્યો હતો. ક્ષત્રિયપુત્ર હોવા છતાં બ્રાહ્મણપુત્ર બની ગુરુને છળવા બદલ આ ભમરાઓને મારું રહસ્ય ઉજાગર કરેલું. આ ભમરા મને દરેક જન્મમાં ખુલ્લા પાડવા મથે છે. એટલે જ હું આ ભમરાઓના ઝુંડને જોઈ ઉદાસ થઈ જાઉં છું. તેમ છતાં દરિયો છે નાવ છે. આથી હું આ ટોળાઓને પાર કરી જઈશ. પરંતુ આ દરિયો વટાવી નહીં શકું. કેમ કે સંબંધોની દીવાલોને તોડી શકાતી નથી. આ સંબંધોના પોલાણને જાણવા છતાં મારી આજુબાજુ દીવાલોને ઉભી રાખું છું અને એમાં

અવિરતપણે ભીંસાતા રહેવાની ઈચ્છા રાખું છું કેમ કે દિવાલોની બહાર પેલા ભમરા મારી છલનાને ખુલ્લી પાડી દેશે. આથી જ કવિ આગળ લખે છે કે,

"આસપાસ હે ભીંસો અમને
કોચો ઓળા ભીંસો અમને
ચૂસો ટપક ટપક હે
રબરના પાંપણ પલકારે..." [30]

અહીં સંબંધોમાં પોલાણ પ્રતીત થાય છે. અહીં કાવ્યમાં પ્રયોજાયેલા પોપચાં ત્વચાયુક્ત નથી પરંતુ રબરના કૃત્રિમ પોપચાં છે. છતાં એવા રબ્બરના પાંપણના પલકારે પણ હું કુરબાન થવા તૈયાર છું કેમ કે પેલા ભમરા તો મારા સમગ્ર અસ્તિત્વને જ ખુલ્લું પાડનારા છે. આ ભમરાઓના ટોળાથી દૂર રહી હું મારી આસપાસ દિવાલો ઊભી કરી બંધ બારીમાં સંબંધોની જાળ રચવા માંગુ છું. એવી મજબૂત જાળ કે જેમાં પેલા ભમરા પ્રવેશી શકે નહીં. ક્યારેક રિસાઈને, ક્યારેક બૂમબરાડા પાડીને, ક્યારેક ખોટું ખોટું છેતરાઈને, ક્યારેક તાંદુલ દ્વારા મૈત્રી ભાવ પ્રગટ કરતાં સુદામા થઈને આ જાળ બનાવવી છે.

"તા તા ધિન તા તાંદુલ છોડો
તે અમ આંખ મહીં કંઈ પ્રોવો."

તેમ છતાં આ ભમરાઓ મારામાં ઊતરી મને અંદર ને અંદર ખોખલો કરી નાખે છે. હું મારી આંખોમાં પ્રોવી શકતો નથી. મારી આંખોની આજુબાજુ આ ભમરાઓ ભ્રમરોમાં ભરાયા છે. બધા સંબંધો છૂટતા જાય છે. હું એકલતાથી ભીંસાતો જાઉં છું અને અંતે મૂર્છિત થઈ જાઉં છું પરંતુ કોઈ મૂર્છિત પણ થવા દેતું નથી. આંખો પર પાણી છાંટી ફરીથી મને ભીંજવી જાગૃત બનાવી આ સમગ્ર જોવા વિવશ કરે છે.

"પાણી અમને થોડુંક છાંટો
અમને ભીંજવી ભીંજવી નાંખો."

આ રીતે નાસ્તિમાં એક પછી એક નવીન ક્યૂબની સાંકળ બનતી પ્રતીત થાય છે.

'રુરુદિષા' માં કવિ એક ક્યૂબના સંદર્ભમાં જીવવા માટેની નરી હકીકતને પ્રગટ કરે છે.

"વીંછી કરડે વીંછીને

વીંછણનાં બચ્ચાં વીંછણને ફોલી ખાતાં
મન્વન્તરનો નિયમ." [31]
ત્યારબાદ કવિ બીજી જ પંક્તિમાં લખે છે કે,
"નિયમ ઘડનારા નિયમને ડંખે
પિંજરથી છૂટનારા પિંજર ઝંખે,
ઝંખના એક અમર પરવાનો
ત્રાપો નદી પાર કરવાનો." [32]

આમ કવિ એકમાં 'જીવો જીવસ્ય જીવનમ્' નું સૂચન કરે છે તો બીજામાં જે જીવ માયામાં ફસાયેલો છે તે ફરી માયાના બંધનમાં બંધાવાની ઝંખનાથી જીવનરૂપી નદી પાર કરવા મથામણ કરે છે. આ રીતે પૌરાણિક સંદર્ભને નવીન શૈલીમાં કવિ અભિવ્યક્ત કરે છે. જેના સંદર્ભને પામવા માટે વિશિષ્ટ દ્રષ્ટિ અને માનસિક તૈયારી હોવી જરૂરી છે.

'ઓગણીસમો અધ્યાય' માં કવિ સૂર્યને ભિન્ન - ભિન્ન કલ્પન દ્વારા પ્રગટ કરે છે. આ કાવ્ય વિશિષ્ટ અવકાશ યુગની કવિતાનું ઉત્તમ દ્રષ્ટાંત બની રહે છે. અહીં સૂર્યનું કલ્પન આદિકાળનું છે. અહીં એ નોંધવા જેવું છે કે, મનુષ્ય આદિકાળનો હોય કે આધુનિક સૂર્યના કલ્પનો ભિન્ન – ભિન્ન સ્વરૂપે પ્રતીત થાય છે. ગુફામાં રહેતો આદિમાનવ પણ સૂર્યના ચિત્ર દોરતો હતો અને આજનો અનુઆધુનિક માનવ પણ સૂર્યના ભિન્ન - ભિન્ન સ્વરૂપને ભિન્ન - ભિન્ન શૈલીમાં રજૂ કરે છે. આવા કેટલાક કુદરતી તત્વોથી કવિ પરે રહી શક્તો નથી એમ આપણા કવિ મહેશ દવે પણ આ સનાતન તત્વથી છૂટી શક્યા નથી જેમ લાભશંકર ઠાકર કહે છે 'સૂર્યને શિક્ષા કરો' તો મહેશ દવે સૂર્ય વિશેની અનુભૂતિ કઈંક આ રીતે પ્રગટ કરે છે.

"જેવી રીતે કે સૂર્યમાં પણ સૂર્ય તો હોતો નથી
જેવી રીતે બ્રહ્માંડમાં બ્રહ્માંડ પણ હોતુ નથી." [33]

આ રીતે ભવિષ્યમાં પણ કવિ સૂર્યના અવનવા કલ્પનો સાથે કઈંક ભિન્ન સંદર્ભ રજૂ કરતો પ્રતીત થશે. આથી આ અનુમાનને આ રીતે સંબોધી દેવાય છે:

"You are as old as the cave-man and as modern as the cubist Poet, who sings about the Phospheric feelings and the combination of the crudeoil."

કવિ 'ધ્વનિ' કાવ્યમાં પણ ક્યુબિઝમ શૈલીને રજૂ કરતાં લખે છે કે,

"સાંજ અને સવારની નીવિ કોઈ ઢોલી કરે
એને અંધારાનું આપી દો ઈનામ !" [34]

તો 'રુરદિષા' માં

"આધ્યાત્મિકતાની ખીંટીએ જાતને ભરાવ્યા પછી
કાંતો મૃત્યુ થાય કે જન્મ." [35]

આ રીતે કવિ એક ક્યૂબમાંથી બીજો જુદો જ ક્યૂબ પ્રગટ કરી કાવ્યને નવીન દિશા અર્પે છે.

'બીજો સૂર્ય' કાવ્યસંગ્રહમાં લયની દ્રષ્ટિએ જોઈએ તો કવિ 'નાસ્તિ' કાવ્યમાં હોડીના કલ્પન દ્વારા પરંપરાગત લયને સમગ્ર કાવ્યમાં વહેતો પ્રતીત થાય છે, જેની અભિવ્યક્તિ પણ ઉપકારક નીવડી છે એવો જ સમુચિત લય આપણને 'ખીણ ખીણમાં નગર નગરના' [36] ની શરૂઆતની પંક્તિઓમાં પ્રતીત થાય છે તો કવિ ઘણા સ્થાને વિચિત્ર કલ્પનાલંકારોને પ્રયોજી નવીન અભિવ્યકિત ઉપજાવે છે. જેમ કે,

"સાંજ સવાર રાત મધરાતને. આ ઉપર
દેખાય છે તે આકાશ નથી પણ
વિરાટ - વિશ્વરૂપદર્શન - હિપ્પોપોટેમસ" [37]

તો 'રુરુદિષા' કાવ્યમાં પણ કવિ લખે છે કે,

"અંતરનાં છે વન
વનમાં સર્પોનાં વૃક્ષો ઊગ્યાં છે,
ઘટાદાર સર્પોનાં વૃક્ષો." [38]

આવા વિચિત્ર કલ્પનોની સાથે - સાથે કાવ્યસંગ્રહમાં નવીન શૈલી, પ્રયોગની સભાનતા તેમજ કાવ્યબાની પણ મિશ્ર બની ગઈ છે. સંસ્કૃતના તત્સમ્ શબ્દોની સાથે - સાથે અંગ્રેજી, ફારસી, તળપદા, બોલચાલના વ્યવહારુ શબ્દપ્રયોગો પણ સમગ્ર કૃતિને ચમત્કૃતિ અર્પે છે. દ્રષ્ટાંત રૂપે જોઈએ તો,

"આભથી યે દૂર પેલા કવેસાર્સ
ઝલમલ
અહીં પરથમી પર માણસના નિઃશ્વાસ," [39]

અહીં 'કવેસાર્સ' સાથે 'પરથમી' તો 'શૂન્યવાદ' માં

"ફ્રૂવડ અમર્ષના ફેન ફૂંકું," [40]

જેવી પંક્તિમાં 'ફ્રૂવડ' સાથે 'અમર્ષ' જેવા તત્સમ્ શબ્દો દ્રષ્ટાંત રૂપે પ્રાપ્ત થાય છે. આ ઉપરાંત 'રેસ્ટોરા' અને 'રેસ્તૂરાં' જેવા બંને અંગ્રેજી શબ્દના ભિન્ન ઉચ્ચારો જોવા મળે છે. કાવ્યસંગ્રહના પ્રથમ કાવ્યની પ્રથમ પંક્તિમાં 'આકાશમાં તરતા પીંછા પર' માં રહી ગયેલા અનુસ્વારો, 'શય્યા' ને સ્થાને 'શૈયા' શબ્દ તેમજ પૃ - 3 પરના કાવ્યમાં

"તે ઍન્ટીફાયર ગ્લોવ્ઝ પહેર્યા નથી, સ્નેહા-"

જે ગદ્યાત્મકતાની પ્રતીતિ કરાવે છે. તો પછી તરત જ આવતી કાવ્યાત્મક પંક્તિ

"પછી સ્પર્શનું કૂજન ક્યાં?" [41]

આ સમગ્ર દ્રષ્ટાંતો કવિની કાવ્યમય સભાનતાની સાથે - સાથે તેમની કાવ્ય પ્રત્યેની અસભાનતાને પણ ઉજાગર કરે છે. આ કાવ્યસંગ્રહમાં 'મૃત્યુ' જેવી કેટલીક સામાન્ય રચનાઓ પણ જોવા મળે છે. આમ, 'બીજો સૂર્ય' કાવ્યસંગ્રહની સમગ્ર રચનાઓમાં કાવ્યમય વાતાવરણ તો આહલાદ્દક બને છે પરંતુ આ નવીન પ્રયોગ કરવામાં તેમજ નવીન ક્યુબિઝમ શૈલીને વશ કરવામાં કવિ ક્યારેક કવિતાથી પરે જતા હોય એવું પ્રતીત થાય છે.

મહેશ દવેના કાવ્યસંગ્રહ 'બીજો સૂર્ય' માં અક્ષરો પર ચોંટેલી સંવેદનાનો (અનુભૂતિ) નો ધ્વનિ પ્રગટ થાય છે. અહીં કવિતામાં બીજા સૂર્યની ગતિ પ્રતીત થાય છે. તેથી મધુ કોઠારી કહે છે કે, "એ cube ભ્રામક ચિત્તમાં નવું fignre सन ground ઉત્પન્ન કરે છે. ક્યુબિઝમ શૈલીમાં રચાતા મહત્વના આવેગો અને સંવેદના બ્રાક કે માતિસના પોતાના આંતરિક છે એ એમની સાચા સર્જક તરીકેની પ્રતિભાને ઉજાગર કરે છે. 'ભૌમિતિક ભાષા' દ્વારા સાહિત્યકાર ઘનાકાર શૈલીમાં વિશિષ્ટ કથન સિદ્ધ કરે છે. આ માતિસનો ઘનાકાર શૈલી માટેનું આકર્ષણ આપણા કવિ મહેશ દવેમાં પણ પ્રતીત થાય છે સ્નેહ દાઝયાની વક્રોક્તિને રજૂ કરતાં કવિ કહે છે કે,

"તેં એન્ટી – ફાયર ગ્લોવ્ઝ પહેર્યા નથી, સ્નેહા -" તો 'ઓગણીસમો અધ્યાય' માં કવિ અવકાશી એકલતાને આલેખે છે. સમગ્ર કાવ્યમાં નિર્જનતાનો ભાવ છલકાય છે અને કવિથી કહેવાઈ જાય છે કે,

"જેવી રીતે સૂર્યમાં પણ સૂર્ય તો હોતો નથી,

જેવી રીતે બ્રહ્માંડમાં પણ બ્રહ્માંડ હોતું નથી." અવકાશી એકલતાને કવિ કઈંક આ રીતે રજૂ કરે છે.

"અવકાશમાં
અવકાશ એકાકી ?
અરે, આ કેવી એકલતા." [42]

નવીન લય અને ધ્વનિનો પરિચય કરાવતું કાવ્ય 'નાસ્તિ' માં કવિ કહે છે કે,

"કબર જાગતી વંધ્યાના ચિત્કાર." [43]
"દરિયો હોડીમાં ઉછળતો" [44]

આમ આ કાવ્યમાં કવિ ઝાંખોપાંખો મનુષ્યનો દેહ માંગી ટોળાના પડઘાઓની વાતને શાબ્દિક પડઘા દ્વારા પ્રગટ કરે છે.

"કોણે ગગન તણા આ ટુકડા ફેંક્યા
વાંકા ચૂંકા
લાંબાટૂંકા
અંધકારના ટુકડા
તડકાના યે ટુકડા" [45]

અહીં કવિ ગગનના ટુકડા, વાંકા-ચૂંકા અને લાંબા-ટૂંકા અંધકારના ટુકડા, તડકાના ટુકડા આ સમગ્ર ટુકડાઓને એકત્રિત કરી પડઘા દ્વારા અખંડ કરવા ઈચ્છતા પ્રતીત થાય છે.

'બીજો સૂર્ય' કાવ્યમાં પણ કવિ નિરંતર એકલતાના પ્રવાહમાં જ વહે છે. મનુષ્યના લાખ-ચોર્યાસી જન્મોના ફેરાની વાતને દેવલીલા દ્વારા પ્રગટ કરતાં કહે છે કે,

"આ જીવનની આસપાસ લખચોરાશી
દેહલીલા" [46]

'એક ક્યુબિસ્ટ કાવ્ય' માં કવિ 'હું' ના પોલાણોની કવિતા રજૂ કરતાં લખે છે કે,

"શાહમૃગોની એક લાંબી પંક્તિ દોડ્યા કરે છે
પોલાણમાં,
ને દોડી જાય છે થોડાંક બ્રહ્માંડ ભર્યાં મડાં
પોલાણમાં," [47]

તો 'રિમાઈન્ડર નંબર એક' માં કવિ રક્તદેહના મનુષ્યને દર્શાવી, ચામડીમાં પુરાઈ રહેલા મનુષ્યને બહાર લાવી સંસારને સુખી કરવા માટેના મનુષ્યના સંઘર્ષની વક્રોક્તિને રજૂ કરે છે.

મહેશ દવેની કવિ તરીકેની દાર્શનિક અભિવ્યક્તિ 'બીજો સૂર્ય' માં સુપેરે પ્રગટ થાય છે. તેમના કેટલાક શબ્દો કાવ્યમાં ઘોળાઈને પ્રગટ થાય છે. વિશાદ અને નિરર્થકતા, યાતના અને ખાલીપણું, એકલતા અને હતાશા આવી ઘણી અર્થોપાર્જન શાબ્દિક રચના તેમના કાવ્યમાં ઉજાગર થતી જોવા મળે છે. મહેશ દવેની કવિતાની વિશિષ્ટતા જોઈએ તો તેમાં ત્રણ ક્યૂબ પ્રતીત થાય છે. જેમાં પ્રથમ ક્યૂબમાં ઈતિહાસને દર્શાવતાં હમ્મુરાબી, એહરુન્નિસા, હેલન જેવા નામોનો ઉલ્લેખ થયેલો છે. તો બીજ ક્યૂબમાં myth નો પરિચય કરાવતાં શબરી, પરીક્ષિત અને સહદેવની સંન્નિધિ જોવા મળે છે. તો ત્રીજો ક્યૂબ anti - myth નો છે. જેમાં બર્લિન, ટેલિવિઝન અને ગાડીના ડબ્બા ઈત્યાદી જોવા મળે છે. આમ, આ ત્રણેય ક્યૂબ અંતે તો કોયડા જ બની રહે છે. પરંતુ તેમાં આંતરિક સર્જનાત્મક ઘનતા પ્રતીત થાય છે. અહીં ઈતિહાસના નામો એક નવા જ સંદર્ભ સાથે પ્રગટ થાય છે. સમગ્ર કાવ્યનો અંતિમ સાર વાચકને વૈફલ્યની લાગણીની અનુભૂતિ કરાવે છે.

"બારણાં કોઈએ બંધ કરી દીધાં" પંક્તિ દ્વારા બારણાના અવરોધ દ્વારા મનુષ્યની ઈચ્છાઓની આડે આવતાં અવરોધનો સંદર્ભ પ્રતીત થાય છે. જેમાં વૈફલ્યની ઉગ્ર લાગણીનું સુખની ઋજુ લાગણીમાં પરિવર્તન થતું જોઈ શકાય છે. અહીં ઘણીવાર કાવ્યોનો પ્રવાહ એબ્સર્ડ વાર્તાઓ તરફ વહેતો પ્રતીત થતાં કવિતામાં કવિતાપણાનો અભાવ વર્તાય છે. આથી આ 'બીજો સૂર્ય' કાવ્યસંગ્રહની કવિતાઓ કવિ મહેશ દવે અને વાર્તાકાર મહેશ દવે વચ્ચે ભીંસાતી પ્રતીત થાય છે.

મહેશ દવે કૃત 'બીજો સૂર્ય' કાવ્યસંગ્રહમાં અર્થોપાર્જન અને આવર્તનો સતત નજર સમક્ષ ઘોળાતાં રહે છે. મોટાભાગના બધા કાવ્યોમાં એની સતત અનુભૂતિ થયા કરે છે. મંજુલ - કઠોર, રૂપ - અરૂપ, સુંદર - અસુંદર ઈત્યાદી દ્વંદ્વોને આલેખતી છતાં તેનો બહિષ્કાર કરતી આ કવિતાઓમાં ચેતનતા અને જીવંતતા ઉત્કૃષ્ટ બની રહે છે. અહીં અનુભૂતિની અભિવ્યક્તિ નવીન રીતે પ્રગટ થતી હોવા છતાં 'સંવેદનાઓ અક્ષરો પર ચોંટેલી' જણાય છે. અહીં માત્રામેળ છંદોનો

પણ પ્રયોગ પ્રતીત થાય છે.

"કિન્તુ આગમાં યે આગ તો હોતી નથી
જેવી રીતે કે સૂર્યમાં પણ સૂર્ય તો હોતો નથી
જેવી રીતે બ્રહ્માંડમાં બ્રહ્માંડ પણ હોતુ નથી.
તેવી રીતે
પગલાં મહીં પગલાં અગર ના હોય તો
આ પૃથ્વીને તો આગ ચાંપો." [48]

તો કેટલાક 'મુક્તક', 'પ્રતીકો', 'કલ્પનો', 'વકવાણી' અને 'ચિત્રકલ્પનો' પણ પ્રતીત થાય છે. "એ સ્હેજ ધક્કો –
ને વેગમાં વેગ સમાઈ ત્યાં ગયો.
બારી કને પાંપણમાં પ્રસારી
દ્રષ્ટિ, વિષે ચિત્ર ખડું થયું ને –
એ સ્મિતરેખા
લંબાઈને કોતરતી રહી કશું." [49]

કેટલીક શાબ્દિક અછાંદસ રચનાઓ પણ જોવા મળે છે. તો ઘણી જગ્યાએ અન્ય છાંદસ રચનાઓ પણ જોવા મળે છે. 'રુરુદિષા' અને 'એક ક્યુબિસ્ટ કાવ્ય' માં લંબાણયુક્ત થયેલી રચનાઓમાં બૌધ્ધિક્તાના લક્ષણો વર્તાય છે. અનુભૂતિની અભિવ્યક્તિ ઘણા સ્થાને વાચ્યાશ્રયી બની જતી હોવાથી તેની નબળાઈ પ્રગટતી જોવા મળી છે તો 'બીજો સૂર્ય' કાવ્યસંગ્રહની ઘણી કવિતાઓ જેવી કે, 'નાસ્તિ', 'ખીણ ખીણમાં નગર નગરના', 'ઓગણીસમો અધ્યાય' - કવિ મહેશ દવેને યશ અપાવે એવી છે. જેમાં અભિવ્યક્તિના નવા જ વળાંક જોવા મળે છે.

મહેશ દવે આધુનિક્તામાં એક સમસામયિક તરીકે 'બીજો સૂર્ય' કાવ્યસંગ્રહને પ્રગટ કરે છે. જેમ અંધારામાં આવતી કાલના અજવાળાનો અણસાર પ્રગટ થાય તેમ 'બીજો સૂર્ય' કાવ્યસંગ્રહ કાવ્યની નવીન વિભાવના અને નવીન આકારોના આકલન સાથે પ્રકાશિત થાય છે. કવિ ક્યુબિઝમ શૈલીના નવતર પ્રયોગ દ્વારા અભિવ્યકિતનો એક નવોન્મેષ પ્રગટ કરે છે. પાશ્ચાત્ય સાહિત્યના પડછાયા ગુજરાતી સાહિત્યમાં ઉતારનાર મહેશ દવે કવિતાને આધુનિક્તાના મૂલ્યોને પરાકાષ્ઠાએ પહોંચાડે છે. જેક્સન પૉલોક,

પિકાસો, માતિસ અને ચિરિકોના ક્યુબિસ્ટ ચિત્રણોમાં Palatable Impression માંથી દ્રશ્યોની વિશિષ્ટતા પ્રગટ કરવામાં આવી છે. એવી જ રીતે ક્યુબિસ્ટ કાવ્યોમાં પણ દ્રશ્ય અને શ્રાવ્ય પ્રતીકોના ક્યૂબ રચવામાં આવે છે. આ પ્રતીકો ક્યારેક પ્રત્યક્ષ રૂપે ક્યારેક પરોક્ષ રૂપે તો ક્યારેક પરસ્પરના પ્રતિભાવના વિષયવસ્તુમાંથી ઉતરી આવે છે. આ રીતે કાવ્યમાં આવતાં પ્રત્યક્ષ કે પરોક્ષ પ્રતીકોની ભૌમિતિક ફૂલગૂંથણી, બે પંક્તિઓ વચ્ચે આવતી છંદોબધ્ધ રચના, અસંયોજક પ્રતીકોના સંવિધાન, શાબ્દિક અર્થોના સંદર્ભોની હારમાળા તેમજ કવિની સર્વ અનુભૂતિના પાદુર્ભાવ અને પૂર્ણાહુતિ એક સંપૂર્ણ સ્વયં ધબકતું વિશ્વ ખડું કરી દે છે.

'બીજો સૂર્ય' કાવ્યમાં કવિ આદિકાળ ના સૌદર્યોની ઉપાસના કરી, ડાર્વિની કપિના વિવિધ મનોભાવો, 'વન્યસૃષ્ટિ' દ્વારા પૃથ્વીની કલ્પના તથા 'આકાશની છત' દ્વારા અવકાશની કલ્પના કરી આકાશના તત્વો વડે ટકી રહેલી આ વન્યસૃષ્ટિમાં ઉગેલા નક્ષત્રોની વાત કઈંક આ રીતે રજૂ કરે છે.

"ક્ષિતિજની કોર પર રથ એક આવીને
મડાં આમતેમ બધે અહીંતહીં વેરી જાય
સિંદૂરિયા રંગ થકી સહુને શણગારી જાય
પણ અહીં ભીંત પર કાપીને ચોંટાડી છે.
તે આંખોમાંથી
રાત ઢળે
રક્ત ઢળે
લીલોતરી રંગ ઊભરાય જાય..." [50]

અહીં ઈન્દ્રવજ્રા, હરિગીત, મનહર અને પંચચામર જેવા છંદોના વેરાયેલા ટુકડાઓ જોવા મળે છે. આ 'બીજો સૂર્ય' કાવ્યમાં રાત્રિવિષયક ચિત્રોના ચિત્રણ જોવા મળે છે. રક્ત પ્રત્યેની અનુરક્તિ, રાતના રક્ત વર્ણોનો અંધકાર સમાવતો સૂર્યપ્રકાશ, ભીંત પર આંખો કાપીને ચોંટાડવાની sodomasochism વૃત્તિ, green carnation ની વિભાવના વગેરે જાદુઈ અસરો અહીં વર્તાય છે. કવિ 'લીલોતરી' રંગ સામે 'સિંદુરિયા રંગ' ને વહેતા મૂકે છે. આ ઉપરાંત મહાનગર અને મૃગજળ, મિલની વ્હિસલ, રેસ્તુરાંના નીડ, ડાર્વિની વ્હિસલ જેવા

વિરુધ્ધી કલ્પનોનું આવિષ્કરણ કરે છે.

"તે રક્તની ધારા,
તે રક્તની ધારા મહીં આળોટતો તે સૂર્ય
બીજો
આજે આ અહીં ચમચી મહીં
છલકે જરા મલકે"[51]

અહીં શાબ્દિક રચના સૂર્યના પ્રતીકની માફક સર્વત્વ લઈને આવે છે. સૂર્યના સ્વરૂપગત કલ્પનો દ્વારા અવકાશના ચૈતન્યની રાત રજૂ થઈ છે. જેમ ટી. એસ. એલિયટ કૉફીની ચમચી વડે જીવનને માણે છે તેમ આપણા કવિ શ્રી મહેશ દવે ચમચીમાં સૂર્યને માણે છે. આ રીતે કવિનો આશય બહુ ઊંડો છે. તે "પ્રકાશને ટીપે ટીપે, અંધારને ટેકે ટેકે" એમ સંપૂર્ણ અપરીક્ષિતતાના ટેકે ચાલી સંપૂર્ણ લયને પામવા મથે છે. ત્યારે જ પ્રકાશને પોલાણોમાં ચળકતો નિહાળે છે.

"દૂરના પોલાણમાં ચળક ચળકે."[52]

એક રોમેન્ટિક સંવેદનાને રચી કવિ એ અનુભૂતિના ઊંડાણમાં લઈ જાય છે. ચક્ષુગ્રાહ્ય પ્રતિરૂપે અહીં થતી ચાક્ષુસ પ્રકારભંગિ અને એનો 'જ્યોર્તિમય લય' વિશિષ્ટ છે.

મહેશ દવે 'બીજો સૂર્ય' કાવ્યસંગ્રહની શીર્ષક વિનાની રચના જે પૃ - 15 પર છે તેમાં થયેલું શાબ્દિક પુનરાવર્તન, અર્થ પરિવર્તન, ધ્વનિ પરિવર્તન દ્વારા ક્યુબિસ્ટ વાક્યરચના સર્જાય છે.

"ઝિલમિલ ઝિલમિલ
સ્તનટોળાંની કાળી ભમ્મર
સાથળ રેખામાં ગુંજરતો શ્વેત ભ્રમર
માછલીઓની ગતિ સાંભળી
પાંખ પ્રસારી ઉડ્ડુક ઉડ્ડુક ઊડે
અધ્ધર પધ્ધર ઝૂલે"[53]

તો

"શુક્રકણોને શુક્રપૂડામાં સંભરતો
શુક્રપૂડો તો વસુંધરા
વસુંધરા પર સ્તનટોળાં
સ્તનટોળાં પર શ્વેત ભ્રમર"[54]

અહીં, આ સર્જનની અનુભૂતિ ચેતનાને જિન્સી અને વલ્ગર આવેગમાંથી દિવ્યતાની રાહે લઈ જાય છે. અહીં પ્રયોજાતા 'સ્તનટોળાં', 'સાથળરેખા', 'શુક્રપૂડો' જેવા શબ્દો વિશિષ્ટ અર્થસંદર્ભ પ્રગટ કરે છે.

મહેશ દવે પૃ - 3 પરના કાવ્યમાં સ્પર્શનાં ફૂંજન સાથે-સાથે એન્ટીફાયર ગ્લોવ્ઝ પહેર્યા નથી એવું સૂચન કરે છે.

"તે એન્ટી-ફાયર ગ્લોવ્ઝ પહેર્યા નથી, સ્નેહા-
પછી સ્પર્શનું ફૂજન ક્યાં ?
વળી આંખનું અશ્રુત પેટ્રોલ" [55]

અહીં કવિ અશ્રુત પેટ્રોલ પ્રબળતાની સામે હાસ્યની પ્રબળતાને કલ્પે છે. કેટલીક ચોક્કસ પ્રણાલી સુધી પહોંચવા માટે કાર્યકારણ અને સંવેદના વચ્ચેની અવકાશ સમયની વીથિમાંથી પસાર થવું પડે છે. આથી ભાવાત્મક ઊર્મિમાંથી વ્યક્તિત્વ અદ્રશ્ય થતું નથી પરંતુ ભાવાત્મક ઊર્મિ જ અદ્રશ્ય થાય છે. બ્રહ્માંડ, અવકાશ, પૃથ્વી જેવી પ્રબળ વિદગ્ધ કાવ્યાબાની રજૂ કરતું કાવ્ય 'ઓગણીસમો અધ્યાય' વિશેષ ચર્ચા માંગી લે એવું છે.

"પગલાં મહીં પગલાં અગર ના હોય
આ પૃથ્વીને તો આગના ચાંપો
તે આગના ભડકા મહીં બ્રહ્માંડ ધીંકો." [56]

તો ક્યાંય વાદ્યમાંથી ધ્વનિની જેમ 'ચામડીમાં પુરાયેલ માણસ' ની ચામડી નીચે –

"તો પછી અંદર કેમ ન થાય આતશબાજી
ભર્યાભાદર્યા શબ્દ - વિસ્ફોટની !"

મહેશ દવેના આ કાવ્યસંગ્રહમાં 'नास्ति' કાવ્ય વિશેષ આકર્ષક બને છે. કાવ્યના આરંભમાં જ આવતો શબ્દ 'પડઘમ' અને એનાથીય બળછડ, બળૂકો શબ્દ 'ત્રાડ'. આ કાવ્યમાં 'હું' મને કેન્દ્રમાં રાખીને સંદર્ભ રજૂ કરવામાં આવ્યો છે. આ અડાબીડ જંગલના કેસરીની ત્રાડથી હું ધ્રુજુ છું. કવિ લખે છે કે,

"પડઘમ ત્રાડ અને ક્યાં
ફાંફાં
પથ્થર ઉડતા પડઘા" [57]

અહીં કવિ કહે છે કે, ત્રાડનો તો હું અનુભવ કરું છું. પરંતુ આ કઠણ પથ્થર જેવા પડઘાઓ આખા વનમાં ઉડવા લાગ્યા છે. આગળ કવિ "હોડીમાં દરિયો તરતો જાય સ્મશાને" જેવી પંક્તિ દ્વારા મૃત્યુ નહીં મૃત્યુના પડછાયા ને પ્રગટ કરે છે. કવિ કહેવા માંગે છે કે આ વંધ્ય મૃત્યુ મારા સંપૂર્ણ અસ્તિત્વને સ્મશાનોમાં, ચર્ચયાડીમાં, કબ્રસ્તાનોમાં ઓગાળી નાખે છે.

"માથાં પટકી વ્હાણાં
ટાવર લોલક પર બેસી
મહુવરમાં ટપકે બુંદ કૃષ્ણપક્ષનાં" [58]

કવિ કહે છે કે મૃત્યુ સમય સાથે બંધાયેલું છે. માથા પટક્યાં છતાં એ ટાવરના લોલક પર બેસી ઝૂલ્યા જ કરે છે અને મહુવર વગાડ્યા જ કરવાના તોય અંતે તો કાળા-કાળા બુંદ જેવા પડછાયા જ પ્રાપ્ત થાય છે.

"દરિયો હોડીમાં ઊછળતો.
પડઘમ ભૂત ભડાકા થૈ થૈ
નીચે વનરાવનમાં લેઈ લેઈ
પડઘા ઊડે આભ વચાળે....." [59]

તો

"સપનાં મીઠાં અમને આવે
ચશ્માં પહેરી સપનાં જોયાં
તાંદુલ ચાવી ચાવી જોયાં
સપનાં મૃગચર્મનાં સાથી
એતો સિંહાસન પર રાજી" [60]

અહીં કવિ અવળવાણી દ્વારા ઘણું બધુ આપણી સમક્ષ રજૂ કરે છે. જાણે તંદ્રામાં સપનાંઓ ખેંચાઈને આવે છે. આ તંદ્રા ભ્રામિત છે. તેમ છતાં ચશ્મા વગર ન જોઈ શક્તો મનુષ્ય ચશ્માં પહેરીને આ ભ્રામિત સપનાંઓ જોવાનો પ્રયત્ન કરે છે. મૈત્રીના તાંદુલ ગ્રહણ કરે છે. ત્યારપછી કવિ કહે છે કે, આ સપનાં મૃગચર્મનાં સાથી છે. અહીં મૃગના ક્યૂબ દ્વારા છેતરામણીનો ભાવ પ્રગટ કરે છે. પ્રત્યેક ક્ષણે બદલાતાં રહેતા આ હજારો લાખો ઈચ્છાઓ જન્માવતાં સપનાઓ છેતરામણાં મૃગની જેમ સિંહાસનને પણ ઓળંગીને આગળ વધે જ જાય છે. તેથી

કવિ લખે છે કે,

"... પલપલમાં પલટાય
હજારો લાખોમાં મલકાય
સિંહાસન ઓળંગી પણ જાય" [61]

અસ્તિત્વની ઈયત્તાનાં દ્રાવકોમાં વાસ્તવિક સંબંધોથી પ્રગટ થતાં અવનવાં અર્થ પરિમાણો જોવા મળે છે. અહીં આ કાવ્યમાં ગૂઢ ચિત્રિત છબીઓ, વ્યંજનાઓ અને વક્રવાણી નાવીન્યપૂર્ણ અનુભૂતિની અભિવ્યક્તિ કરાવે છે.

'ડૂસકા કાણામાંથી નીકળો દબડક ચાલે.' આ કાણું એટલે યોનિ. જ્યાં અસંખ્ય જન્મોની આશા રહેલી છે. નાસ્તિભાવ એટલે પ્રપંચની વિર્વતલીલા, ઉમાશંકર જોશી કહે છે કે, 'કાનથી જ નહીં, કવિતા લોહીથી વાંચવાની હોય છે.... શ્રધ્ધા એટલે નેતિ, અસુયા એટલે નાસ્તિ, તેમ છતાં કવિતાનું જન્મવું એ જ આધ્યાત્મિક સજીવતાનો પુરાવો છે." આવી સજીવતા, લયસર્જન અને અભિવ્યક્તિનો નાટ્ય ક્રમ આ કૃતિમાં રચાયો છે. આવી બહુસ્તરીય અને સક્રિય ક્યૂબને પ્રગટ કરતી આ કાવ્ય વિશે મધુ કોઠારી કહે છે કે, "આ કાવ્ય શબ્દોની hieroglyphic (ચિત્ર – પલ્લવીલિપિ) System નો ઉત્તમ નમૂનો છે." નાસ્તિ કાવ્યમાં કવિ આપણી સમક્ષ એક નવું જ ભૌમિતિક વિશ્વ ખડું કરે છે. કવિકર્મ અહીં ઘણી કુશળતાથી થયેલું છે. આમ, નાસ્તિ કાવ્યમાં પ્રગટ થતો એકસૂત્રીય ભય, ભમરાનું myth, હોડીમાં દરિયો તરતો જાય એવી વક્રવાણી, આરંભની પંક્તિઓ દ્વારા આવતો ઉપાડ આ નાવીન્યપૂર્ણ અભિવ્યક્તિ ભાવકના હૃદયને સ્પર્શી જાય છે.

કવિએ 'ગતિ' કાવ્યમાં છંદોબધ્ધ રચના કરી તેને ચિરંજીવીતા અર્પી છે. એમાં ચિત્રાત્મક ગતિ છે અને ગત્યાત્મક ચિત્ર છે. કવિ લખે છે કે,

"એ સહેજ ધક્કો
ને વેગમાં વેગ સમાઈ ત્યાં ગયો.
બારી કને પાંપણમાં પ્રસારી
દ્રષ્ટિ, વિષે ચિત્ર ખડું થયું ને -
એ સ્મિતરેખા
લંબાઈને કોતરતી રહી કશું." [62]

અહીં કવિ પદાર્થોનાં પ્રચ્છન્ન પ્રયોજનોને જાણે છે. આથી દિશા અનુસાર પદાર્થને સહેજ ધક્કો આપે છે અને આ રીતે અવકાશમાં ગતિ ઉત્પન્ન કરે છે. અવકાશએ સમયનું સૂચન કરે છે અને કાવ્ય એ સમય આધારિત વિસ્તરતી કલા છે. 'એ સ્હેજ' વિશેષણમાંથી આરંભાતું આ કાવ્ય 'કશું' આગળ પૂરું થાય છે. અહીં બે પ્રકારની ચેતનાની અનુભૂતિ થાય છે. ગાડીના ડબ્બામાં 'બારી કને' અહીં પ્રિય પાત્રની ઉપસ્થિતિ હોઈ શકે. તો દ્રષ્ટિ પછીનો અલ્પવિરામ વિમર્શનતાને સાધે છે, 'વિષે' શબ્દમાં વિશિષ્ટ હેતુને પ્રગટ કરે છે. 'એ સ્મિતરેખા લંબાઈને કોતરતી રહી કશુંમાં કો' અને 'શું' ના પહોળા ઉચ્ચાર વચ્ચે 'તરતી રહી ક' નો સમતળ ઉચ્ચાર કોતરવાની ધ્વન્યાત્મક ક્રિયાને પ્રગટ કરે છે. આ કવિતાને અવકાશયુગની કવિતા પણ લેખી શકાય. આવા અવકાશયુગનો પરિચય કવિ પૃ - 15 પરની પંક્તિઓમાં પણ પ્રગટ થાય છે.

"ખીણ ખીણમાં નગર નગરના
કાટમાળને ભંડારીને
આભ આભનાં ખેતર વાવી
વાવી ખેતર આભ આભનાં" [63]

અહીં વન્ય સંસ્કૃતિ કે નગર સંસ્કૃતિનો સંદર્ભ નથી પરંતુ અવકાશ સંસ્કૃતિનો અર્થ અભિપ્રેત થાય છે. અહીં આ કાવ્યમાં કવિને સફેદ રંગ પ્રત્યે વિશેષ આકર્ષણ પ્રતીત થાય છે. 'પયસરવર', 'શુક્રકણો', 'શ્વેતભ્રમર' વગેરે શબ્દો સફેદ રંગ પ્રત્યેના સર્જકના પક્ષપાતને ઉજાગર કરે છે. આમ, કાવ્યાત્મક રંગ અંધત્વનો સિદ્ધાંત અહીં સિધ્ધ થાય છે. શુક્રપૂડા શબ્દ પ્રતીક તરીકે વિશેષ ધ્યાન ખેંચે છે. ક્યુબિઝમ શૈલીની મહત્તા સ્થૂળ નહીં પણ સૂક્ષ્મ વિકૃતિમાં છતી થાય છે. પાશ્ચાત્ય સાહિત્યમાં સમલૈંગિક નાટકોનું સર્જન વિપુલ પ્રમાણમાં થયું છે. આ તત્વ આપણા સાહિત્યમાં પણ જોવા મળે છે. આ કાવ્યમાં આવતા શબ્દો 'બૃહસ્પતિ' અને 'ભ્રમર' વચ્ચે પણ આવી જ સમલૈંગિકતા દેખાય છે. તેમજ પૌરાણિક સંદર્ભ પણ દેખાય છે. આથી કવિ કહે છે કે,

"ચૂડેલના વાંસામાં બેસી શ્વેત ભ્રમર
બૃહસ્પતિની લાળ ચાટતો
લટ પંપાળી હોઠ ચાટતો

શુક્રકણોને શુક્રપૂડામાં સંભરતો"[64]

કથનાત્મક શબ્દોમાં કેવી નાટ્યાત્મક પ્રતિભા રહેલી છે એની પ્રતીતિ મહેશ દવેના કાવ્યમાં પ્રયોજાયેલા ક્રિયાત્મક અને ગતિયુક્ત શબ્દો દ્વારા થાય છે. કવિતાને સહસ્થિતિના સંદર્ભમાં માણવાની મજા કઈંક અનેરી છે. પાશ્ચાત્ય સર્જક ટી. એસ. એલિયટે પણ આ સહોપસ્થિતિનો ઉપયોગ કરેલો. મહેશ દવે આપણને સામેથી જ આ ક્યુબિઝમ શૈલી જેવી સહસ્થિતિ આપીને કાવ્યભાવનમાં વેધક્તાને પ્રગટ કરે છે. પિનાકિન દવે 'કવિતાની કલા' માં કવિ મહેશ દવેના એક કાવ્યની ચર્ચા કરતાં નોંધે છે કે, "જેટલું પ્રાચીન તેટલું જ સારું એ પૂર્વગ્રહ સાહિત્યને અપકારી છે. પ્રાચીનતાની કસોટી શી ? આજે જે નવું લાગે છે તે આવતી કાલે કાલ - ક્રમે પ્રાચીન નહીં બને ? ગુજરાતી કવિતામાં સુન્દરમ્ - ઉમાશંકર, રાજેન્દ્ર - નિરંજનનાં કાવ્યો આજે નવીનતાભર્યા અને આકર્ષક લાગે છે. તેટલાં તેમના - રચનાકાળે લાગતા ? કવિનો આત્મા જૂના સ્વરૂપોમાં પરિતોષ પામતો નથી. એને અભિવ્યક્તિ માટે નિતનિત નવાં સ્વરૂપોની આંતરિક આવશ્યક્તા ઊભી થાય છે અને તેથી સ્વરૂપ અંગે સૂગ ધારણ કર્યા વિના તમામ અભિવ્યક્તિને પૂરતી ગંભીરતાથી તપાસવી જરૂરી છે. પ્રયોગનું મહત્વ નકારી શકાય નહિ. કલાના એક ક્ષેત્રની અસર બીજા ક્ષેત્ર પર અચૂક પડે છે..."

મહેશ દવેએ ક્યુબિઝમ શૈલીમાં કવિતા લખી એક નવીન શૈલીને ગુજરાતી કવિતામાં સ્થાન આપ્યું છે. અહીં રંગીન ક્યુબિઝમ શૈલીનો સૂક્ષ્મતાથી પ્રચાર થતો જોવા મળે છે. કવિએ 'એક ક્યુબિસ્ટ કાવ્ય' માં એક જ વિસ્તારનાં સાંગોપાંગ કલ્પન પ્રયોજવાને બદલે એકસૂત્રતા વિનાનાં વિરોધી કલ્પન આલેખ્યાં છે. કવિએ વિરોધાભાસી છબીનો પ્રયોગ કરીને નવીન કાવ્યતત્વ આલેખ્યું છે. કાવ્યનું કથયિતત્વ વિકૃત છે. સમગ્ર કથન એક પલકારામાં broken mirror થઈ જાય છે. અહીં લાઓકુન છે તો તેની સાથે બાહ્ય મેળ ન ધરાવતો ટેલિવિઝનનો પદી પણ છે.

"અશ્રુબિંદુમાં મધનું સરોવર ઉભરાય" પંક્તિમાં શાબ્દિક રચના પરિચિત છે. પરંતુ તેના શબ્દોનો બંધ પરિચિત નથી. તેમાં નવીન અર્થસંદર્ભ અભિવ્યક્તિનો વિસ્તાર અસીમિત છે. આથી કવિ મહેશ દવે

"Stephin Spenda" ના શબ્દોને સત્ય સાબિત કરે છે કે, He (Poet) should be able to think in images, he should have as great a mastery of language as a painter has over his Palate, even if the range of his language be very limited."

મહેશ દવેના કાવ્યકલાપ વિશે સંપાદન રજૂ કરતાં ડૉ. રાજેશ એચ. ત્રિવેદીના મતે "વીસમી સદીના પહેલા બે દાયકામાં નૂતન કલા આંદોલનોનો પ્રભાવ વધતા બાહ્ય વસ્તુજગતનું સીધું સાદું ચિત્ર આપનાર કાવ્યોમાં કલા જોવાનું મુશ્કેલ બનતા ફ્રેન્ચ કવિ, ગદ્યકાર-વિવેચક એપોલિનેરે ઘનવાદની ઝુંબેશ ચલાવી. આમ તેઓ પ્રારંભકાલીન ઘનવાદી કવિ હતા. ઘનવાદમાં એમણે ભૂમિતિના ચોથા પરિમાણને જોયું. તેથી તેમને લાગ્યું કે કાવ્યમાં આધુનિક જીવનના બધાં જ ગતિશીલ રૂપોને પ્રવેશ મળવો જોઇએ. નકલમાં સંતોષ લેતી સાદી કલામાંથી કલાકારને ઉગારી લેવાના આશયથી ઘનવાદી કવિઓએ, કલાકારોએ એના પરિપ્રેક્ષ્ય અને પરિણામ બદલી નાખ્યાં.

ઘનવાદી કવિઓ, કલાકારો પોતાની સર્જકચેતના થકી પ્રકૃતિના નૂતન આવિષ્કારો કલામાં લઈ આવ્યા. એમાં માનવીય વાસ્તવનું આંતર સત્ય પ્રગટ થયું. આમ કલા ભીતર ભણી વળી. કલ્પના શક્તિને વિકસવાની સુંદર તક ઊભી થઈ. તેનો પ્રભાવ વિશ્વ સાહિત્ય પર પડયો. ગુજરાતી સાહિત્યએ પણ નૂતન કલા આંદોલનોનો પ્રભાવ પ્રબળ રીતે ઝીલ્યો જેના પરિણામે આપણને ગુજરાતી સર્.રીયલ કવિતા સિતાંશું યશશ્ચંદ્ર પાસેથી તો ક્યુબિસ્ટ કવિતા મહેશ દવે પાસેથી મળી. આમ ગુજરાતી કાવ્ય સાહિત્યનો પ્રથમ ઘનવાદી કાવ્યોનો સંગ્રહ 'બીજો સૂર્ય' (પહેલો નહીં-જે તમે જોયો છે તે નહીં જે તમારી દ્રષ્ટિમાં આવ્યો નથી તે...) મળ્યો. મહેશ દવેની આ ઘનવાદી કવિતાએ ગુજરાતી સાહિત્યની પ્રારંભકાલીન ઘનવાદી કવિતા હોવાથી અમુક વિવેચકોએ એમાં મર્યાદાઓ પણ જોઈ. તેમ છતાં ગુજરાતી કવિતાને ઘનવાદનો સ્વાદ ચખાડનાર કવિ તરીકે મહેશ દવેનું સ્થાન અનેરૂ છે તેમાં મીનમેખ નથી." [65]

મહેશ દેવે કૃત 'બીજો સૂર્ય' કાવ્યસંગ્રહની કવિતાઓ પ્રયોગશીલતા અને ગતિશીલતાના મૂલ્યને ઉજાગર કરે છે. પરંતુ આ નાવીન્ય પ્રયોગોની સાથે - સાથે જો પ્રત્યાયન સરળતાથી થઈ શકે

તો પ્રતીક અને અર્થભાવબોધ વચ્ચેની ગેરસમજને નિવારી શકાય. 'It (Poetry - art) is an act to defend life against the chaos of the world.' આ કલાનો ધર્મ છે. મહેશ દવેના આ કાવ્યસંગ્રહમાં આવી સામાન્ય અંધાધૂંધીના અંશોનું નિસ્પંદન થયેલું હોત અને કવચિત્ વર્તાતી સંરચનાની અસંબંધક્તાઓનું નિસ્પંદન થયેલું હોત તો આ કૃતિ વધારે ઉપકારક બની રહેત. આ ઉપરાંત 'અક્ષરો પર ચોંટેલી સંવેદના' માં લાલ ધૂળની Hypnotic Quality દીર્ઘકાવ્ય, 'શૂન્યવાદ' માં કાળની વિભાવના અને યત્રતત્ર આવતી નીઓ - એસ્ટ્રોલોજિકલ થીમ, તો 'રુરુદિષા' માં જોવા મળતી ચેતનંતા વિશેષ ધ્યાન ખેંચે છે. તો પૃ - 20 પરના કાવ્યમાં આવતાં પરંપરાગત આંતરબાહ્ય ક્લેવર બદલાતા હોય એવી પ્રતીતિ થાય છે. આથી કવિ મહેશ દવેનો આ 'બીજો સૂર્ય' કાવ્યસંગ્રહ અંતર્ગત સિધ્ધિઓની સાથે - સાથે મર્યાદાઓ પણ પ્રગટતી જોવા મળે છે.

-: પાદનોંધ :-

1. 'બીજો સૂર્ય' – મહેશ દવે (પૃ - 38)
2. 'બીજો સૂર્ય' – મહેશ દવે (પૃ - 04)
3. 'બીજો સૂર્ય' – મહેશ દવે (પૃ - 22)
4. 'બીજો સૂર્ય' – મહેશ દવે (પૃ - 22)
5. 'બીજો સૂર્ય' – મહેશ દવે (પૃ - 27)
6. 'બીજો સૂર્ય' – મહેશ દવે (પૃ - 23 - 24)
7. 'બીજો સૂર્ય' – મહેશ દવે (પૃ - 24)
8. 'બીજો સૂર્ય' – મહેશ દવે (પૃ - 16)
9. 'બીજો સૂર્ય' – મહેશ દવે (પૃ - 15)
10. 'બીજો સૂર્ય' – મહેશ દવે (પૃ - 15)
11. 'બીજો સૂર્ય' – મહેશ દવે (પૃ - 32)
12. 'બીજો સૂર્ય' – મહેશ દવે (પૃ - 34)
13. 'બીજો સૂર્ય' – મહેશ દવે (પૃ - 21)
14. 'બીજો સૂર્ય' – મહેશ દવે (પૃ - 14)
15. 'બીજો સૂર્ય' – મહેશ દવે (પૃ - 42)
16. 'બીજો સૂર્ય' – મહેશ દવે (પૃ - 39)

17. 'બીજો સૂર્ય' – મહેશ દવે (પૃ - 38)
18. 'બીજો સૂર્ય' – મહેશ દવે (પૃ - 01)
19. 'બીજો સૂર્ય' – મહેશ દવે (પૃ - 29)
20. 'બીજો સૂર્ય' – મહેશ દવે (પૃ - 32)
21. 'બીજો સૂર્ય' – મહેશ દવે (પૃ - 41)
22. 'બીજો સૂર્ય' – મહેશ દવે (પૃ - 07)
23. 'બીજો સૂર્ય' – મહેશ દવે (પૃ - 12)
24. 'બીજો સૂર્ય' – મહેશ દવે (પૃ - 06)
25. 'બીજો સૂર્ય' – મહેશ દવે (પૃ - 23)
26. 'બીજો સૂર્ય' – મહેશ દવે (પૃ - 12)
27. 'બીજો સૂર્ય' – મહેશ દવે (પૃ - 09)
28. 'બીજો સૂર્ય' – મહેશ દવે (પૃ - 07)
29. 'બીજો સૂર્ય' – મહેશ દવે (પૃ - 07)
30. 'બીજો સૂર્ય' – મહેશ દવે (પૃ - 07)
31. 'બીજો સૂર્ય' – મહેશ દવે (પૃ - 24)
32. 'બીજો સૂર્ય' – મહેશ દવે (પૃ - 25)
33. 'બીજો સૂર્ય' – મહેશ દવે (પૃ - 04)
34. 'બીજો સૂર્ય' – મહેશ દવે (પૃ - 16)
35. 'બીજો સૂર્ય' – મહેશ દવે (પૃ - 25)
36. 'બીજો સૂર્ય' – મહેશ દવે (પૃ - 15)
37. 'બીજો સૂર્ય' – મહેશ દવે (પૃ - 38)
38. 'બીજો સૂર્ય' – મહેશ દવે (પૃ - 24)
39. 'બીજો સૂર્ય' – મહેશ દવે (પૃ - 16)
40. 'બીજો સૂર્ય' – મહેશ દવે (પૃ - 18)
41. 'બીજો સૂર્ય' – મહેશ દવે (પૃ - 03)
42. 'બીજો સૂર્ય' – મહેશ દવે (પૃ - 05)
43. 'બીજો સૂર્ય' – મહેશ દવે (પૃ - 07)
44. 'બીજો સૂર્ય' – મહેશ દવે (પૃ - 08)
45. 'બીજો સૂર્ય' – મહેશ દવે (પૃ - 10)
46. 'બીજો સૂર્ય' – મહેશ દવે (પૃ - 13)
47. 'બીજો સૂર્ય' – મહેશ દવે (પૃ - 35)

48. 'બીજો સૂર્ય' – મહેશ દવે (પૃ - 04)
49. 'બીજો સૂર્ય' – મહેશ દવે (પૃ - 11)
50. 'બીજો સૂર્ય' – મહેશ દવે (પૃ - 12)
51. 'બીજો સૂર્ય' – મહેશ દવે (પૃ - 13)
52. 'બીજો સૂર્ય' – મહેશ દવે (પૃ - 01)
53. 'બીજો સૂર્ય' – મહેશ દવે (પૃ - 15)
54. 'બીજો સૂર્ય' – મહેશ દવે (પૃ - 15)
55. 'બીજો સૂર્ય' – મહેશ દવે (પૃ - 03)
56. 'બીજો સૂર્ય' – મહેશ દવે (પૃ - 04)
57. 'બીજો સૂર્ય' – મહેશ દવે (પૃ - 07)
58. 'બીજો સૂર્ય' – મહેશ દવે (પૃ - 07)
59. 'બીજો સૂર્ય' – મહેશ દવે (પૃ - 08)
60. 'બીજો સૂર્ય' – મહેશ દવે (પૃ - 08)
61. 'બીજો સૂર્ય' – મહેશ દવે (પૃ - 08)
62. 'બીજો સૂર્ય' – મહેશ દવે (પૃ - 11)
63. 'બીજો સૂર્ય' – મહેશ દવે (પૃ - 15)
64. 'બીજો સૂર્ય' – મહેશ દવે (પૃ - 15)
65. 'મહેશ દવેનો કાવ્યકલાપ' – ડૉ. રાજેશ. એચ. ત્રિવેદી (પૃ – 1)

5
તથ્યો, તારણો અને ઉપસંહાર

મહેશ દવેના સાહિત્ય સર્જનના આરંભે 1958 માં "યુવક" સામયિકમાં વાર્તા છપાઈ ત્યારબાદ "સંસ્કૃતિ" સામયિકમાં આ કૃતિના પ્રકાશનથી તેમને ખૂબ જ હર્ષની લાગણી જન્મેલી સર્જકે પોતાના જીવનકાળમાં લગભગ બધા જ સાહિત્યપ્રકારોમાં પ્રયત્ન કર્યા છે, પરંતુ સૌથી વધુ સિધ્ધિ અપાવનાર કવિતા, વાર્તા અને એકાંકી છે. મહેશ દવેને અતિ પ્રિય એવા સર્જકોમાં ગોપીનાથ કવિરાજ, શ્રી અરવિંદ અને ગોરક્ષનાથનો સમાવેશ થાય છે અને વિદેશી સર્જકોમાં જ્યોર્જ ગુર્જિયેફ, કાલૌસ કાસ્ટેન્ડા તેમજ અસપેન્સ્કીનો સમાવેશ થાય છે. મહેશ દવેની કૃતિઓનું વિવેચન કરનારા વિવેચકમાં ગુલાબદાસ બ્રોકર, રાધેશ્યામ શર્મા, સુમન શાહ અને મફત ઓઝા છે.

આ ઉપરાંત મહેશ દવેને સર્જનાત્મક તર્કશાસ્ત્ર કરતાંયે તત્વજ્ઞાનમાં વધારે અભિરુચિ રહેતી અને તેથી તે કાવ્ય, વાર્તાઓ, નવલકથા અને એકાંકી લખવાનું છોડીને પાછળથી ગહનગૂઢ તત્વોમાં તંત્રમાર્ગ અને જ્યોતિષશાસ્ત્રમાં અદ્રશ્ય થઈ ગયા. આજેય પણ તે મૂડમાં હોય તો કુંડળી, હસ્તરેખા અને સામુહિક ચિહ્નવિદ્યાના અભ્યાસથી સાચી અને સચોટ આગાહી કરી શકે તેમ છે.

આમ, મહેશ દવેમાં આપણને સાહિત્યકારની સાથે-સાથે એક જ્યોતિષકારના પણ દર્શન થાય છે.

તેમનો પ્રથમ કાવ્યસંગ્રહ 'બીજો સૂર્ય' જે જૂન 1969 માં રૂપાલી પ્રકાશન દ્વારા પ્રકાશિત થતાં ગુજરાતી સાહિત્યમાં પહેલીવાર ક્યુબિસ્ટ શૈલીની અવનવી છાંટ જોવા મળી અને મહેશ દવે ગુજરાતી સાહિત્યના એકમેવ ક્યુબિસ્ટ કવિ તરીકે સાહિત્ય-જગતમાં ઊભરી આવ્યા. મહેશ દવેના 1969 માં પ્રગટ થયેલા કાવ્યસંગ્રહ 'બીજો સૂર્ય' માં પ્રગટ થતી સંવેદનાઓને ચંદ્રકાન્ત ટોપીવાળાએ 'વિશિષ્ટ' કહી છતાં 'નિષ્ફળ' જણાવી એક અવિસ્મરણીય વિધાન આપ્યું."... કવિશ્રી મહેશ દવેનો ઉદ્દેશ અને ઉદ્યમ એકના એક સૂરજને બીજા સૂરજમાં પલટી નાખવાના ક્યુબિસ્ટ સાહસ સાથે નવાં પરિપ્રેક્ષ્યો, નવી દ્રષ્ટિભંગિ સંવેદનાનાં નવાં પરિમાણોને જન્મ આપવા મથે છે અને કંઈક અંશે નિષ્ફળ જાય છે તો પોતાની રીતે નિષ્ફળ જાય છે. આવાં નિષ્ફળ જતાં સાહસ-પુરુષાર્થીનું પણ કવિતાને મન એક વિશેષ મૂલ્ય છે." 'એક ક્યુબિસ્ટ કાવ્ય' અને 'રુરુદિષા' માં આ ક્યુબિકલ શૈલીનો પ્રયોગ કેવો સફળતાથી થયો છે. એ તેમણે ઉદાહરણ સહિત દર્શાવ્યું છે. મહેશ દવેના આ ક્યુબિસ્ટ કાવ્યોને બિપિન મેશિયાએ પણ પ્રશંસાથી વધાવ્યાં છે. એમના કેટલાક કાવ્યો બંગાળી અને અંગ્રેજીમાં રૂપાંતરિત પણ કર્યા છે. મહેશ દવેની રચનાઓના સંપાદનો પણ થયાં છે જે નોંધપાત્ર છે.

'બીજો સૂર્ય' મહેશ દવેનો પ્રથમ કાવ્યસંગ્રહ છે. આ સંગ્રહનું શીર્ષક જ ઘણાબધા રહસ્યને ઉજાગર કરે છે. 'પહેલો' નહિ, પરંતુ 'બીજો સૂર્ય' કેમ? મહેશ દવે થોડોક સમય સાહિત્યકાર સુરેશ જોશીના સાનિધ્ય હેઠળ રહીને સર્જન કરતા રહ્યા. અને સુરેશ જોશીની કલમે સુંદર વાર્તાઓ રચતા રહ્યા. ત્યારપછી તેમણે સ્વ લેખનકાર્ય જ લેખાય. જેના પરિણામ સ્વરૂપ આપણને ગુજરાતી સાહિત્યમાં 'ક્યુબિસ્ટ' શૈલીમાં 'બીજો સૂર્ય' કાવ્યસંગ્રહ પ્રાપ્ત થાય છે. કવિ મધુ કોઠારીનું આ વિધાન અહીં ટાંકવા જેવુ છે કે, "કયુબિકમની શૈલીની વિશિષ્ટતા સ્થૂળ નહિ પરંતુ સૂક્ષ્મ ડિસ્ટોર્શનમાં પ્રગટ થાય છે. મહેશ દવેનો કાવ્ય સંગ્રહ 'બીજો સૂર્ય' દ્વારા પ્રતીત થાય છે કે તે પુરોગામી સાહિત્યકારોના પ્રયોગોને આગળ છપાવવા ઈચ્છે છે. તેથી જ એકના એક સૂર્યને

બીજા સૂર્યમાં પરિવર્તન કરવાની ક્યુબિસ્ટ શૈલી સાથે નવીન દ્રષ્ટિ નવા પરિમાણો, નવા પરિપ્રેક્ષ્યો અને નવીન સંવેદનાઓને પોતાના સર્જનમાં સ્થાન આપે છે. આ નવીન પુરુષાર્થીનું કાવ્યમાં એક વિશેષ મૂલ્ય હોય છે. મહેશ દવે ચિત્રકાર નથી, પરંતુ ક્યુબિસ્ટ ચિત્રશૈલી સાથેનું એમનું અનુસંધાન આ કાવ્યસંગ્રહમાં પ્રગટ થતી ક્યુબિસ્ટ શૈલીના અનુસંધાનમાં પ્રતીત થાય છે. અને એ દ્વારા કવિતાનું પોતીકું પરિણામ લાવવામાં મહેશ દવેનો પ્રયત્ન સંનિષ્ઠ રહ્યો છે.

તર્કમુક્ત નિષિધ્ધ પ્રદેશોની સપના જેવી સંદિગ્ધ તરંગસૃષ્ટિ, અચેતન અને અર્ધચેતન પ્રતીકોનો ક્રમ, ગ્રામીણ અને નગર, કુદરતી અને અકુદરતી સાહચર્યોની ઉપસ્થિતિ, આદિમ અને સાંસ્કૃતિક, પૌરાણિક પદાર્થ અને આધુનિક પદાર્થનો એકસરખો પ્રયોગ, ઍનેલિટિકલ ક્યુબિઝમને સ્થાને સિન્થેટિક ક્યુબિઝમનો કોલાજ પ્રયોગ - આ સર્વનો પરિચય કવિ આપણને એક ‘ક્યુબિસ્ટ કાવ્ય’ અને ‘રુરુદિષા’ માં કરાવે છે. નિષિધ્ધ પ્રદેશોનાં ચારેબાજુ વિખરાઈ પડેલા લૈંગિક સાહચર્યો ઘણીબધી રચનામાં પ્રગટ થતાં પ્રતીત થાય છે.

મહેશ દવે કૃત ‘બીજો સૂર્ય’ કાવ્યસંગ્રહની એક અનન્ય સિધ્ધિ એમના કાવ્યોમાં રહેલા શ્રાવ્ય સ્વરૂપમાં દ્રષ્ટિમાન થાય છે. જેમાં શબ્દો સંગીતમય તાલ સાથે એક ભૌમિતિક નકશો દોરે છે અને સ્વરોની મધુરતા ધ્વનિના આર્વતનોની અનુભૂતિ સુગમ રીતે કરાવે છે. આ માટે ‘નાસ્તિ’ કાવ્ય દ્રષ્ટાંત રૂપે લઈ શકાય. જેમાં શબ્દોની hieroglyphic (ચિત્ર લિપિ) નું ઉત્તમ દ્રષ્ટાંત પ્રાપ્ત થાય છે. જેમાં એક લય દ્વારા એક શબ્દમાંથી બીજો શબ્દ સંકળાઈને પ્રગટ થાય છે અને અનોખું ચિત્ર ઊભું કરી, અવાજ સાથે બીજા શબ્દોને આપણા હૃદયમાં ઉજાગર કરે છે.

‘અક્ષરો પર ચોંટેલી સંવેદના’, ‘નાસ્તિ’, ‘ઓગણીસમો અધ્યાય’, ‘બીજો સૂર્ય’, ‘ધ્વનિ’, ‘રુરુદિષા’, ‘એક ક્યૂબિસ્ટ કાવ્ય’ આ સમગ્ર કૃતિઓમાં કવિનો ક્યુબિઝમ શૈલી પ્રત્યેનો સભાન પ્રયત્ન પ્રતીત થાય છે. પરંપરાથી પરે એવી પ્રયોગની સભાનતા આ રચનાઓમાં જોવા મળે છે. શૈલી એ કાવ્યનો આત્મા નથી. પરંતુ આ શૈલી દ્વારા કવિ પોતાની અનુભૂતિની અભિવ્યક્તિની તીવ્રતા પ્રગટ કરે છે. તો ક્યારેક નવીનતાનું દર્શન કરાવે છે. આ સંગ્રહની વાત કરીએ તો આ પ્રાયોગિક

નવીનતમ ક્યુબિઝમ શૈલી કેટલીક જગ્યાએ ધારી તીવ્રતાને પ્રગટ કરવામાં સફળ રહી છે. 'નાસ્તિ' અને 'ઓગણીસમો અધ્યાય' જેવી કૃતિઓ એની સાક્ષી બને છે. તો ક્યાંક 'રુરુદિષા' અને 'ધ્વનિ' જેવી કૃતિઓમાં પ્રસ્તારને લઈને અસહજ આયાસ ખુલ્લો પડી જતો જોવા મળે છે.

કવિએ 'ગતિ' કાવ્યમાં છંદોબધ્ધ રચના કરી તેને ચિરંજીવીતા અપી છે. એમાં ચિત્રાત્મક ગતિ છે અને ગન્યાત્મક ચિત્ર છે. કવિ લખે છે કે,

"એ સહેજ ધક્કો
ને વેગમાં વેગ સમાઈ ત્યાં ગયો.
બારી કને પાંપણમાં પ્રસારી
દ્રષ્ટિ, વિષે ચિત્ર ખડું થયું ને -
એ સ્મિતરેખા
લંબાઈને કોતરતી રહી કશું." (ગતિ - પૃ - 11)

અહીં કવિ પદાર્થીનાં પ્રચ્છન્ન પ્રયોજનોને જાણે છે. આથી દિશા અનુસાર પદાર્થને સહેજ ધક્કો આપે છે અને આ રીતે અવકાશમાં ગતિ ઉત્પન્ન કરે છે. અવકાશએ સમયનું સૂચન કરે છે અને કાવ્ય એ સમય આધારિત વિસ્તરતી કલા છે. 'એ સ્હેજ' વિશેષણમાંથી આરંભાતું 'કશું' આગળ પૂરું થાય છે. અહીં બે પ્રકારની ચેતનાની અનુભૂતિ થાય છે. ગાડીના ડબ્બામાં 'બારી કને' અહીં પ્રિય પાત્રની ઉપસ્થિતિ હોઈ શકે. તો દ્રષ્ટિ પછીનો અલ્પવિરામ વિમર્શતાને સાધે છે

મહેશ દવેએ ક્યુબિઝમ શૈલીમાં કવિતા લખી એક નવીન શૈલીને ગુજરાતી કવિતામાં સ્થાન આપ્યું છે. અહીં રંગીન ક્યુબિઝમ શૈલીનો સૂક્ષ્મતાથી પ્રચાર થતો જોવા મળે છે. કવિએ 'એક ક્યૂબિસ્ટ કાવ્ય' માં એક જ વિસ્તારનાં સાંગોપાંગ કલ્પન પ્રયોજવાને બદલે એકસૂત્રતા વિનાનાં વિરોધી કલ્પન આલેખ્યાં છે. કવિએ વિરોધાભાસી છબીનો પ્રયોગ કરીને નવીન કાવ્યતત્વ આલેખ્યું છે. કાવ્યનું કથયિતત્વ વિકૃત છે. સમગ્ર કથન એક પલકારામાં broken mirror થઈ જાય છે. અહીં લાઓકુન છે તો તેની સાથે બાહ્ય મેળ ન ધરાવતો ટેલિવિઝનનો પદી પણ છે.

મહેશ દેવે કૃત 'બીજો સૂર્ય' કાવ્યસંગ્રહની કવિતાઓ પ્રયોગશીલતા અને ગતિશીલતાના મૂલ્યને ઉજાગર કરે છે.

'વહેતું આકાશ' 1970 માં પ્રગટ થયેલો મહેશ દવેનો આ વાર્તાસંગ્રહ તેની પ્રસ્તાવનાથી જ આકર્ષી ઉઠે છે. આ વાર્તાસંગ્રહની પ્રસ્તાવના "ઘૂંટાયેલી વેદનાનું વ્યોમ" શીર્ષક દ્વારા ગુલાબદાસ બ્રોકરે લખી છે. જે સૌપ્રથમ 'સંસ્કૃતિ' સામયિકમાં પ્રગટ થઈ અને પછી "સાહિત્ય : તત્વ અને તંત્રમાં" પ્રગટ થઈ અને આ વાર્તાસંગ્રહમાં આપેલી વાર્તાઓ વિશે ગુલાબદાસ બ્રોકર પ્રસ્તાવનામાં લખે છે કે, "આ સંગ્રહની વાર્તાઓ જેને આપણે નવી વાર્તા કહીએ છીએ તે પ્રકારની છે ભાષા, શૈલી, રીતિ, અભિવ્યક્તિ વગેરે સર્વ અંગોપાંગોમાં પણ નવી વાર્તાના જે મુખ્ય મુખ્ય પુરસ્કર્તાઓ છે, તેમાંના કોઈ એકની દેખાઈ આવે તેવી, કે શોધવા મથીએ પછી દેખાઈ રહે તેવી કશીયે ખાસ છાપ વરતાઈ આવતી નથી. વરતાઈ આવે તેવી ખાસ છાપ જો આ વાર્તાઓ ઉપર કોઈનીયે હોય તો તે એક જ માણસની છે : મહેશ દવેની" (વહેતું આકાશ પ્રસ્તાવના પૃ-10) આ વાર્તાઓમાં રહેલી મૌલિક્તા, વાર્તાકથન, વાર્તાની આકર્ષક શૈલી અને તેની સુંદરતાને બિરદાવતાં વિવેચક ગુલાબદાસ બ્રોકર લખે છે કે, 'મહેશ દવે આપણા નવી વાર્તાના સન્માન્ય લેખકોમાં પોતાનું આદરભર્યું સ્થાન આપોઆપ મેળવી લે છે.' આ વાર્તાસંગ્રહ 'વહેતું આકાશ' માં રહેલી વાર્તાઓ સર્જકની સર્જનક્ષમતનો અવનીય પરિચય કરાવે છે. આવા આહ્લાદ્ક વાર્તાસંગ્રહ ઉપર પ્રશ્ન ઉઠાવતાં ગુલાબદાસ બ્રોકરે પ્રસ્તાવનામાં એમ પણ લખ્યું છે કે, "હર્ષ નિર્ભેળ આનંદ પ્રેમની ઉપલબ્ધિનો આહ્લાદ કેમ ઝાઝો દેખાતો નથી." 'વહેતું આકાશ' વાર્તાસંગ્રહની 'મોહેંજો દડો' વાર્તાનું હિન્દીમાં અનુવાદ પણ થયેલું છે. રાધેશ્યામ શર્માએ મહેશ દવેની 'વહેતું આકાશ' વાર્તાસંગ્રહની 'આ બાજુ' વાર્તાનું પોતાની 'નવી વાર્તા' નાં સંપાદનમાં વિવેચન કરેલું. આમ મહેશ દવેનો ખૂબ જ લોકપ્રિય બનેલો વાર્તાસંગ્રહ 'વહેતું આકાશ' ને ગુજરાત સરકારનું પારિતોષિક પણ મળેલું.

મહેશ દવેનો વાર્તાસંગ્રહ 'વહેતું આકાશ' જેને આપણે નવીન વાર્તાઓનો સંગ્રહ કહી શકીએ. આ વાર્તાસંગ્રહ મહેશ દવેની એક અનોખી પ્રતિભાને છતી કરે છે. આ વાર્તાઓની ભાષા, શૈલી, રીતિ,

અભિવ્યક્તિ આ સર્વમાં નવીન વાર્તાના લક્ષણો ઉજાગર થાય છે. મહેશ દવે કૃત 'વહેતું આકાશ' વાર્તાસંગ્રહનો પ્રધાન સૂર વેદના છે. આ વેદના સર્જકની આ સંગ્રહની મોટા ભાગની વાર્તાઓમાં પ્રકટ થતો જોવા મળે છે.

મહેશ દવેની વાર્તાઓમાં વેદનાને શોધવા મથામણ કરવી પડતી નથી. મહેશ દવેની વાર્તામાં વેદના અભિવ્યક્તિ પામે છે એમ કહેવા કરતાં એમની વાર્તા જ વેદનાનું સ્વરૂપ ધારણ કરી પ્રકટ થાય છે, એમ કહેવું વધારે યોગ્ય લાગે છે. આ વેદનાનું ઉત્તમ દ્રષ્ટાંત આપણને 'દસવિદાનિયા' વાર્તામાં પણ જોવા મળે છે. 'દસવિદાનિયા' રશિયન ભાષાનો શબ્દ છે. જેનો અર્થ 'આવજો' થાય છે.

'વહેતું આકાશ' વાર્તાસંગ્રહની 'સદેવંત', એણે કહ્યું: 'સાવળિંગા' વાર્તામાં પ્રયોજાયેલા શબ્દો ગદ્યની લયાન્વિત મુદ્રા પ્રકટ કરે છે. સ્કર્ટ કેવું ઊડયું ? તે કે ' ફર્ર ફર્ર લારી ફરતે ચલ્લીઓનું ટોળું ફર્રક ફર્ર. વેલ ફેડ કાફ જેવી છોકરી ? લસરક દોડી જતી રીક્ષા ? ઘસરક પટાવાળાના અશ્વત્થામા - કીડા ? ખદ્‌ખદ્ વરરાજા પાછળની સ્ત્રીઓ ? ઝાંરઝેટની. આ રીતે અધૂરા વાક્યો, શાબ્દિક ક્રિયાઓને ધ્વનિરૂપ આપીને વિશિષ્ટ ભાવ ઉત્પન્ન કરવામાં આવ્યો છે. અહીં લેખકની બહુરૂપી ભાષાના દર્શન થાય છે.

'મુકાબલો' વાર્તાસંગ્રહમાં એકવીસ વાર્તાઓ સંગ્રહિત છે. આ વાર્તાસંગ્રહની વાર્તાઓ વિષયવૈવિધ્યને લીધે વિશેષ ધ્યાન ખેંચે છે. 'મુકાબલો' વાર્તાસંગ્રહમાં કેટલીક વાર્તાઓ દામ્પત્યજીવનની તો કેટલીક કૌટુંબિક સમસ્યાની તો કેટલીક એક જ વિષયવસ્તુનું આલેખન કરતી જોવા મળે છે. વાસ્તવિક્તાનું દર્શન કરાવતી કેટલીક વાર્તાઓમાં સર્જકે પ્રણયવૈફલ્યને પણ આલેખ્યું છે.

'મુકાબલો' વાર્તાસંગ્રહની 'સાપની કાંચળી', 'વ્રજમોહન' તથા અમ્મા' જેવી વાર્તાઓ પારિવારિક સમસ્યાઓનું નિરૂપણ કરે છે. 'સાપની કાંચળી' માં વાર્તામાં સર્જક પ્રતીકના ઉપયોગ દ્વારા વેધક નિરૂપણ કરી શક્યા છે. 'અમ્મા' વાર્તામાં પોતાના પતિની બેવફાઈનો આઘાત સહન કરેલી 'અમ્મા' પોતાના પુત્ર સાથે આવેશમાં આવીને અન્યાય કરી બેસે છે. એનો આઘાત આપીને સર્જક અંતને વધુ સચોટ રીતે પ્રકટ કરે છે. તો પોતાના પતિના હૃદયમાં ઈર્ષા જન્માવવા

વિનાયક જેવા યુવાનની સંવદેનાઓ સાથે રમત રમતી વિભા ઘટસ્ફોટ કરે છે. ત્યારે ભાવક વિનાયક પ્રત્યે સહાનુભૂતિ અનુભવતો થઈ જાય છે. ગર્ભશ્રીમંત સસરો અચાનક અકિંચન બની જતાં 'સગાંવ્હાલાં' કેવાં આઘાંપાછાં થઈ જાય છે તેનું કટાક્ષસભર ચિત્ર 'વ્રજમોહન' વાર્તામાં સુપેરે પ્રગટ થયું છે. અહીં કથાવસ્તુ જૂનું જ છે. પરંતુ રજૂઆત પોતાપણાનો ભાવ લઈને પ્રગટ થાય છે.

'એક રાત' વાર્તામાં જાતીય વાસનાની વિકૃતિનું અત્યંત ખરાબ ચિત્ર આલેખાયું છે. જેમાં પાશવી રૂઢિપરંપરા વચ્ચે જકડાયેલી નભરુ હરણી જેવી નવોઢાની અત્યંત કરુણ સ્થિતિનું અહીં વાસ્તવિક ચિત્ર જોવા મળે છે. તો જાતીય સુખ ભોગવવા માટે સદા અતૃપ્ત રહેતી શેઠાણીનું પાત્ર 'છેલ્લા શ્વાસ' માં વધુ પ્રભાવશાળી બન્યું છે. આ વાર્તામાં આવતા પાત્રો આપણા સમાજ વચ્ચે વસતા કેટલાક મનુષ્યોના સીમાચિન્હો બની રહે છે. તેથી આ પાત્રો બહારના કે અજાણ્યા લાગતાં નથી. તેથી જીવંત દુનિયામાંથી કલ્પિત કરેલાં આ પાત્રો ભાવકને અજાણ્યા લાગતાં નથી એ સર્જકની સિધ્ધિ લેખાવી શકાય.

અહીં 'ચિત્તો' વાર્તામાં 'ચિત્તો' વૃત્તિનું પ્રતીક પત્નીને મન 'જોક' હોવાથી બેવડાં પરિમાણ પ્રગટ કરે છે. ચિત્તાના હુમલા પછી પતિ - પત્ની વચ્ચે જે સંવાદો આવે છે. તે પત્નીની આવેગની ક્ષણો અને પતિની વેદનાની ક્ષણોને પ્રગટ કરે છે. આમ, એકબાજુ શૃંગાર તો બીજી બાજુ કરુણ રસ ઉત્પન્ન થાય છે. આ વાર્તામાં રૌદ્ર, શૃંગાર અને કરુણ એમ મિશ્રિત રસોનું આલેખન જોવા મળે છે. શનિવારે હિંસ્ર પશુ બની એકબીજાને ફાડી ખાતાં પતિ-પત્નીના દામ્પત્યજીવનમાં શનિવારે પશુ બને એ પહેલાં જોક્સ કહેવાની શરત છે. આ મોટિફ પત્નીના વૃત્તિબળ અને નાયકના વેદનાબળને જોક્સના લીધે કરુણતા અર્પે છે, અહીં આ મોટિફ સંદર્ભ નહિ પરંતુ અર્થસંદર્ભ પ્રગટ કરે છે.

'કિલ્લો' વાર્તા માધવી, પ્રકાશ અને અજય આ ત્રણ પાત્રસૃષ્ટિની આસપાસ વિકાસ પામતી જોવા મળે છે. અજય ધૂની હોવાનો વહેમ જાય, બાહ્ય રંગરંગીલાપણાની અંદર એના હૃદયમાં જે વાતની ઇર્ષ્યા છે એનું રહસ્ય છેક સુધી સર્જક જાળવી રાખે છે. માધવી અને અજય પતિ-પત્ની છે. ગેસ્ટહાઉસ જંગલમાં છે. ગેસ્ટહાઉસથી થોડે દૂર

પ્રકાશનું ફાર્મ છે. માધવી અને અજય સાથે પ્રકાશનો સામાન્ય રીતે પરિચય થાય છે. માધવી સાથે પ્રકાશનું મુક્તપણે હળવું મળવું, હસવું, બોલવું અજયને સમસ્યાગ્રસ્ત લાગતું નથી. પરંતુ ફાર્મમાંથી ગેસ્ટહાઉસ તરફ પાછા ફરતી વખતે તળાવની પાળે નગ્ન અવસ્થામાં ઊભેલી માધવીને જોઈને વાર્તાનાયકના ચેતન વિસ્તારમાં માધવી છપાઈ જાય છે. આ એક આકસ્મિક ઘટના પ્રકાશના મગજને ચકરાવે ચઢાવે છે. માધવીનું પ્રકાશના હૃદયમાં આમ અચાનક જડાઈ જવું, પ્રકાશ તરફ માધવીનો સહજ ઢોળાવ અને અજયનું નિખાલસપણું - આ સમગ્ર સહજતાથી અને સચોટતાથી આલેખાયું છે. પ્રાણીઓ અને મનુષ્યોની રીતભાતો, પુરુષ - પુરુષ વચ્ચેની સ્વભાવગત નબળાઈઓ, સ્ત્રી અને પુરૂષ વચ્ચેનો સાહજિક સહોપચાર આ સમગ્ર અહીં વાર્તામાં વ્યવસ્થિત રીતે ગૂંથાયેલું જોવા મળે છે.

મહેશ દવેનો 1977 માં પ્રગટ થયેલો બીજો વાર્તાસંગ્રહ ‘મુકાબલો’ એકવીસ વાર્તાઓથી સંગ્રહિત છે. આ ‘મુકાબલો’ વાર્તાસંગ્રહમાં ટ્રેડીશનલ અને આધુનિક એમ બંને પ્રકારની વાર્તાઓનો સમન્વય જોવા મળે છે. આ વાર્તાસંગ્રહની શરૂઆતમાં સર્જકે અવાજનો સ્રોત રજૂ કર્યો છે. મૌનનો અવાજ પોલાણમાં ઘસી જતો અવાજ જે ભયભીત કરે એવો છે. ‘મુકાબલો’ વાર્તાસંગ્રહના આરંભમાં મૂકેલી પંક્તિઓ હતાશાજનિત શૂન્યતાની અનુભૂતિ અતિ વેધક રીતે પ્રગટ કરે છે.

મહેશ દવેનો એકમાત્ર એકાંકીસંગ્રહ ‘મને દ્રશ્યો દેખાય છે’ ગુજરાતી સાહિત્યમાં એબ્સર્ડ નાટકોના અવતરણો સમા આ એકાંકીઓ મહત્વપૂર્ણ છે. તેમણે એબ્સર્ડ શૈલીના એકાંકીઓ સર્જવાનો સફળ પ્રયાસ કર્યો છે અને તેમના આ એકાંકીઓમાં ‘લોહી વરસતો ચન્દ્ર’ એકાંકી સર્જકને સૌથી વધ યશ અને નામના અપાવી જાય છે. તેમના આ એકાંકીઓમાં એબ્સર્ડડીટિના વિચારો તાર્દશ રીતે પ્રગટ થયા છે. મહેશ દવેનો એકાંકીસંગ્રહ ‘મને દ્રશ્યો દેખાય છે’ ને ગુજરાતી સાહિત્ય પરિષદનું સ્વ. બટુભાઈ ઉમરવાડિયા પારિતોષિક પણ મળેલું છે. જે અત્યંત સમ્માનની વાત છે.

શ્રી મહેશ દવેના ‘મને દ્રશ્યો દેખાય છે’ એકાંકીસંગ્રહમાં ગદ્ય અને પદ્ય એમ બંને પ્રકારોનું પ્રયોજન જોવા મળે છે. ‘બૂમ’ એકાંકીની શરૂઆત સર્જક ગીતના ઉપાડથી કરે છે. આ ગીતના વાચાના યંત્રની

દ્રષ્ટિએ સર્જક વિશેષ કાર્યરત રહ્યા છે. તત્વ અને સ્વરૂપની દ્રષ્ટિએ આરંભની આ પ્રક્રિયા સર્જકની ચેતનામાં આકૃતિ - એક્તામાં કાર્ય કરતી પ્રતીતિ થાય છે. આ નાટકમાં રચના, નાટ્ય ઉપાદાન અને સંવાદો સર્જકના સર્જનકર્મના દર્શન કરાવે છે. સંવાદો અને વાચિક અભિનયની સાથે - સાથે 'ચિત્ર દ્રશ્ય અભિનય' પણ નાટકમાં મહત્વનું સ્થાન ધરાવે છે. જેની સહાયથી નાટકની પ્રત્યેક ક્ષણ ચિત્ર - દ્રશ્ય બની અર્થનું અભિનયન કરે છે. 'બૂમ' નાટકમાં સર્જકે ગ્રીક કોરસની પંક્તિઓનું સતત પુનરાવર્તન કર્યું છે. ભીષણતા, શૂન્યતા, હતાશા અને વૈફલ્યને ચિત્ર - દ્રશ્ય અભિનયન દ્વારા ઉપકારક બનાવ્યું છે. જે ગીતનું 'ચિત્ર - દ્રશ્ય' અભિનયન થતાં જ ઉજાગર થઈ જાય છે. 'બૂમ' નાટક દ્વારા શ્રી મહેશ દવે મનુષ્યનું જીવન કેવું ખોખલું છે? એ દર્શાવવા ઈચ્છે છે. એ માટે સર્જક શ્યામ - કાળા રંગનો અભિનય આરંભથી જ કર્યો હોત અને પછી કોરસની પંક્તિઓ જરૂરિયાત પ્રમાણે મૂકી હોત તો આ નાટક વધુ ઉપકારક નીવડે. 'બૂમ' નાટકના સંવાદોમાં 'એક' નામની વ્યક્તિ સંવાદનો આરંભ કરતાં પહેલાં જ જૂથમાંથી સહેજ દૂર થઈ જાય છે. આ ક્રિયા દ્રશ્યની મનોદશા તથા મનોભાવો પ્રગટ કરે છે. આથી અર્થનું અભિનય ન કરવા માટે અહીં 'ચિત્ર દ્રશ્ય' સ્વીકારવામાં આવ્યું છે. પ્રયોગ - શિલ્પમાં અર્થની છટાઓ અને ભાવછાયાઓ યોગ્ય સ્થાને કાર્યરત થતી જોવા મળે છે. જેમ કે, સામૂહિક રીતે મારી નાખી એનો જમણો પગ, ડાબો હાથ વિગેરે કાપી ટુકડાઓ કરી નાખવા એ સંદર્ભમાંથી માનસિક અવસ્થાઓ નાટ્યાત્મક રીતે ઉદ્દભવે છે. સંવાદો અને સંવેદનાનું નવું લૉજીક નાટ્યાત્મકતાની મહત્વની કામગીરી બજાવે છે.

મહેશ દવે કૃત એકાંકીસંગ્રહ 'મને દ્રશ્યો દેખાય છે.' માં પ્રગટ થતું એકાંકી 'લોહી વરસતો ચંદ્ર' માં કમલની એકલતાં, ભયતા, વાસના રહિતતા અને માનસિક સ્થિતિ યથાતથ આલેખાયા છે. સળિયા, બારી, લોહી વરસતો ચંદ્ર, વરુ, કૂતરો અને કરચલાનાં પ્રતીક દ્વારા સર્જકે એકાંકીને જીવંતતા અર્પી છે. કમલની હાથની ઘૂમરાતી બેટરીનું દ્રશ્ય એકાંકીને સૌથી વધુ આકર્ષમય બનાવે છે. આ એકાંકીના સંવાદો અને ભાષા સચોટ, ચોટદાર, ગતિશીલ અને નાટ્યાત્મક બની છે. એકાંકીના આરંભથી લઈ અંત સુધી આવતી કમલની સ્વગતોક્તિઓ અસરકારક

નીવડે છે. એકાંકીમાં અમુક અંશે શિથિલતા પ્રગટ થતી હોવા છતાં અંતે તો કૃતિ અભિનયયુક્ત બની રહે છે.

આમ, મહેશ દવે કૃત 'મને દ્રશ્યો દેખાય છે.' એકાંકીસંગ્રહના સમગ્ર એકાંકીઓ ગુજરાતી સાહિત્યના ઍબ્સર્ડ નાટકોના અવતરણ સમા હોઈ ખૂબ જ મહત્વપૂર્ણ છે. મનુષ્યમાં રહેલી હતાશા, નિરાશા, વેદના, એકલતા આ સમગ્ર ભાવોનું અહીં ઉત્કૃષ્ટ આલેખન પ્રગટ થયું છે. ઍબ્સર્ડડીટિ અને ઍબ્સર્ડ નાટકોના વિચારો આ એકાંકીસંગ્રહમાં ખૂણે-ખૂણે ઉજાગર થતાં જોવા મળે છે. જે શ્રી મહેશ દવેની અનેરી સિદ્ધિને તાર્દશ કરે છે.

સંદર્ભસૂચિ અને સર્જક સાથે મુલાકાત

-: સંદર્ભગ્રંથ સૂચિ :-

1. અડખે પડખે - જયંતિ દલાલ, રાવણી પ્રકાશન, પ્રથમ આવૃત્તિ – ૧૯૬૪
2. આધુનિક એકાંકી - સતીશ વ્યાસ, આદર્શ પ્રકાશન, પ્રથમ આવૃત્તિ – મે ૧૯૮૪
3. એકાંકી સ્વરૂપ અને સાહિત્ય - નંદકુમાર પાઠક, મહારાજા સયાજીરાવ વિશ્વવિધાલય વડોદરા – પ્રથમ આવૃત્તિ – ૧૯૫૬
4. એકાંકી સ્વરૂપ અને વિકાસ - ડૉ. મફતલાલ ભાવસાર, અભિનવ પ્રકાશન અમદાવાદ – પ્રથમ આવૃત્તિ – ૧૯૭૭
5. કથોપકથન - સુરેશ જોશી, આર. આર. શેઠ એન્ડ કંપની અમદાવાદ – પ્રથમ આવૃત્તિ – ૧૯૬૯
6. કવિનો શબ્દ – સુરેશ દલાલ, સોમૈયા પબ્લિકેશન પ્રાઇવેટ લિમિટેડ મુંબઈ – પ્રથમ આવૃત્તિ – ૧૯૬૮
7. કેટલીક ગુજરાતી ટૂંકીવાર્તા - ગુલાબદાસ બ્રોકર, સાહિત્ય એકેડમી ન્યુ દિલ્હી – પ્રથમ આવૃત્તિ – ૧૯૯૩
8. ગુજરાત દર્શન – ભોગીલાલ ગાંધી, ચેતન પ્રકાશન ગૃહ લિમિટેડ વડોદરા – પ્રથમ આવૃત્તિ -૧૯૬૦
9. ગૃહપ્રવેશ - સુરેશ જોશી, બુટાલા પ્રકાશન વડોદરા – બીજી આવૃત્તિ – ૨૦03
10. જ્વનિકા - જ્યંતિ દલાલ, રાવણી પ્રકાશન ગૃહ, બીજી આવૃત્તિ – ૧૯૫૬
11. ટૂંકીવાર્તા અને ગુજરાતી ટૂંકીવાર્તા - સં. જયંત કોઠારી, ગુર્જર ગ્રંથ રત્ન કાર્યાલય અમદાવાદ – પ્રથમ આવૃત્તિ – ૧૯૭૭
12. ટૂંકીવાર્તા અને બીજા લેખો - જયંત પાઠક, પાર્શ્વ પબ્લિકેશન અમદાવાદ – પ્રથમ આવૃત્તિ – ૨૦૦૦
13. તણખામંડળ- ૧, ધૂમકેતુ, ગુર્જર ગ્રંથ રત્ન કાર્યાલય અમદાવાદ – પ્રથમ આવૃત્તિ – ૧૯૨૬

14. દ્વિરેફની વાતો ભાગ-૧, દ્વિરેફ, ગુર્જર ગ્રંથ રત્ન કાર્યાલય અમદાવાદ – પ્રથમ આવૃત્તિ – ૨૦૦૫
15. નવી વાર્તાસૃષ્ટિ - મણિલાલ હ. પટેલ, પાર્શ્વ પબ્લિકેશન અમદાવાદ – પ્રથમ આવૃત્તિ – ૨૦૦૪
16. નિરંતર - નીતિન મહેતા, સમવાદ પ્રકાશન વડોદરા – પ્રથમ આવૃત્તિ – ૨૦૦૭
17. પન્નાલાલની શ્રેષ્ઠ વાર્તાઓ - સં. ભોળાભાઈ પટેલ, ભારતી સાહિત્ય સંઘ પ્રાઇવેટ લિમિટેડ અમદાવાદ – પ્રથમ આવૃત્તિ – ૧૯૫૮
18. પીળું ગુલાબ અને હું - લાભશંકર ઠાકર, રન્નાદે પ્રકાશન અમદાવાદ – પ્રથમ આવૃત્તિ – ૧૯૮૫
19. પ્રવેશ બીજો - જ્યંતિ દલાલ, રાવણી પ્રકાશન ગૃહ, અમદાવાદ બીજી આવૃત્તિ – ૧૯૫૬
20. બીજો સૂર્ય - મહેશ દવે, રૂપાલી પબ્લિકેશન અમદાવાદ – પ્રથમ આવૃત્તિ – ૧૯૬૯
21. મને દ્રશ્યો દેખાય છે - મહેશ દવે, આર. આર. શેઠ એન્ડ કંપની અમદાવાદ – પ્રથમ આવૃત્તિ – ૧૯૭૩
22. મહેશ દવેનો એકાંકીઆલમ – સં. ડૉ. રાજેશ. એચ. ત્રિવેદી, એમેઝોન ઇન્ટરનેશનલ પબ્લિકેશન – પ્રથમ આવૃત્તિ – ૨૦૨૧
23. મહેશ દવેનો કાવ્યકલાપ – સં. ડૉ. રાજેશ. એચ. ત્રિવેદી, એમેઝોન ઇન્ટરનેશનલ પબ્લિકેશન – પ્રથમ આવૃત્તિ – ૨૦૨૧
24. મહેશ દવેનો વાર્તાવૈભવ – સં. ડૉ. રાજેશ. એચ. ત્રિવેદી, એમેઝોન ઇન્ટરનેશનલ પબ્લિકેશન – પ્રથમ આવૃત્તિ – ૨૦૨૧
25. મારા પ્રિય એકાંકી – જશભાઈ પટેલ, ચરોતર બુક સ્ટોલ આણંદ – બીજી આવૃત્તિ – ૧૯૬૦
26. મુકાબલો - મહેશ દવે, આર. આર. શેઠ એન્ડ કંપની અમદાવાદ – પ્રથમ આવૃત્તિ – ૧૯૭૭
27. રા. વિ. પાઠક ગ્રંથાવલી ભાગ – ૯, રા. વિ. પાઠક, ગુજરાતી સાહિત્ય એકેડમી ગાંધીનગર – પ્રથમ આવૃત્તિ – ૧૯૯૫
28. વહેતું આકાશ - મહેશ દવે, રૂપાલી પબ્લિકેશન અમદાવાદ – પ્રથમ આવૃત્તિ – ૧૯૭૧
29. વાર્તાવિશેષ - રઘુવીર ચૌધરી, આર. આર. શેઠ એન્ડ કંપની

અમદાવાદ – પ્રથમ આવૃત્તિ – ૧૯૭૬

30. વિવેચના - વિષ્ણુપ્રસાદ ત્રિવેદી, પ્રથમ આવૃત્તિ – ૧૯૩૯
31. શબ્દલોકના યાત્રીઓ-રમણલાલ જોશી, આર. આર. શેઠ એન્ડ કંપની અમદાવાદ – પ્રથમ આવૃત્તિ –એપ્રિલ – ૧૯૮૩
32. શહીદ - ઉમાશંકર જોશી, એન. એમ. ત્રિપાઠી પ્રકાશન લિમિટેડ મુંબઈ – પ્રથમ આવૃત્તિ – ૧૯૫૧
33. શૈલી અને સ્વરૂપ - ઉમાશંકર જોશી, ગુર્જર ગ્રંથ રત્ન કાર્યાલય અમદાવાદ – પ્રથમ આવૃત્તિ – ૧૯૬૦
34. સાહિત્યમાં આધુનિક્તા - સુમન શાહ, ગુજરાત યુનિવર્સિટી અમદાવાદ – પ્રથમ આવૃત્તિ – ૧૯૮૮
35. સાહિત્ય વિમર્શ – રા.વિ.પાઠક, ધ ડાયમંડ જ્યુબલિ પ્રેસ અમદાવાદ – પ્રથમ આવૃત્તિ – ૧૯૩૯
36. સાહિત્યિકવાદ - યશવંત ત્રિવેદી - નવભારત સાહિત્ય મંદિર પ્રકાશન, અમદાવાદ – પ્રથમ આવૃત્તિ
37. સાક્ષરનો સાક્ષાત્કાર – ૩, રાધેશ્યામ શર્મા-રન્નાદે પ્રકાશન, પ્રથમ આવૃત્તિ – ૧૯૯૯
38. An Introduction to the Study of Literature, William henry Hudson, G. harrap & company, second edition - 1913
39. English Literature! An Introduction for Foreign Readers, R. J. Rees, Macmillan Publishers India Ltd, First Edition - 1973
40. Playmaking, Aarchar, Alpha Edition, First Edition
41. The craftsmanship of one act Play, Sidni Boes, Legare street press, First Edition.
42. The one act Play to-day, Ballis, First Editon – 1944.
43. The one - act Play to – day, Prichard Itan, Sagwan Press, First Edition – 2015.

<u>-: સંદર્ભ સામાયિક સૂચિ :-</u>

1. ઉદ્દેશ (જાન્યુ. ૨૦૦૮) સં. મણિલાલ હ. પટેલ, તંત્રી. પ્રબોધ જોશી
2. પરબ (માર્ચ-૨૦૨૩) સં. ભરત મહેતા, તંત્રી. ભિખેશ ભટ્ટ
3. ખેવના (સપ્ટે-ઓક્ટો-૧૯૮૭) સં. સુમન શાહ
4. || વિ || (માર્ચ-એપ્રિલ-૧૯૯૭) અજીત ઠાકોર, તંત્રી. ઉર્વીશ છાયા
5. શબ્દસર (જૂન-જુલાઈ-૨૦૦૧) સં. નિસર્ગભાઈ આહીર, તંત્રી. કિશોરસિંહ સોલંકી
6. શબ્દસૃષ્ટિ (ઓક્ટોબર-૧૯૮૩) સં. હર્ષદભાઈ ત્રિવેદી, તંત્રી. વિષ્ણુ પંડ્યા

-: સર્જક સાથે મુલાકાત :-

1. આપને સાહિત્યસર્જન કરવાની પ્રેરણા ક્યાંથી મળી ?

- વાંચતા શીખ્યો તે દરમિયાન મને સાહિત્યના પુસ્તકો અકસ્માતે મળી રહેતા. કોઈ એક ક્ષણે મને થયું કે આવું બધું હું પણ લખી શકું છું અને મારી આસપાસ જીવતા માણસોમાં મને પાત્રો તરીકે દેખાવા માંડ્યા. બસ ત્યારથી એ માણસોમાં વાર્તા ક્યાં છે તે મને દેખાવા માંડી.

2. પાશ્ચાત્ય ક્યુબિસ્ટ શૈલીમાં સર્જન કરવાનો વિચાર ક્યાંથી પ્રાપ્ત થયો ?

- સાહિત્ય ઉપરાંત અન્ય કલાઓમાં ચિત્રકલામાં મને ઈશ્વરદત્તશક્તિ હતી. ચિત્રો દોરવાની મને સ્વયંભૂ પ્રેરણા થઈ આવતી. સ્વભાવિક છે કે કશાક સર્જન માટે અંતઃકરણ તૈયાર હોય. પિકાસો જેવા ચિત્ર સર્જનની કોને અસર નહીં હોય?

3. ક્યુબિસ્ટ શૈલીમાં જ કાવ્યસંગ્રહ આપવાનું કારણ ?

- ના એવું નથી. મેં કાવ્ય શૈલીના પ્રયોગો જરૂર કર્યા છે પણ કવિતાના કસબને કદી ભૂલ્યો નથી. વિચારોના ટુકડાઓને માત્ર

છંદોમાં બાંધ્યા છે.

4. કવિતા, ટૂંકી વાર્તા અને એકાંકી સિવાય અન્ય સાહિત્ય સ્વરૂપમાં ખેડાણ કેમ નથી કર્યું ?

- કવિતા, વાર્તા અને એકાંકીના સ્વરૂપોને ખેડવા મને ગમ્યા કેમ કે તે સ્વરૂપો મને સહજ સાધ્ય હતા.

5. આપની સર્જન પ્રવૃત્તિમાં આપને અપૂર્ણતાનો અનુભવ થાય છે ?

- પ્રત્યેક કૃતિ લખતી વખતે જ વિચાર આવે છે કે ના હજુ તો ફરી લખ્યું હોય તો...

6. કયું સાહિત્ય સ્વરૂપ સૌથી રસપ્રદ લાગે છે ?

- પ્રત્યેક સ્વરૂપને તેની ગુણવત્તા હોય છે જ.

7. ગુજરાતી સાહિત્યમાં કયા સંજોગોનું પ્રભુત્વ તમારા ઉપર સવિશેષ છે ? શા માટે?

- સુરેશ જોશી ખરેખર ઘણી બધી શક્યતાઓ સંતોષે છે. પશ્ચિમના સાહિત્યની યોગ્યતા દર્શાવવા વર્તમાન ગુજરાતી સાહિત્યની શક્યતાનો સ્પર્શ કરવો તે તો કોઈ એમની પાસેથી જ શીખે.

8. આપના સાહિત્ય સર્જનની એક સિદ્ધિ અને એક મર્યાદા કહો.

- ગમા અને અણગમાની વાત લેખક પોતાના માટે નહીં કરી શકે. તેના કારણોમાં કોણ જાણે કયું રહસ્ય હશે.

9. આપના સાહિત્ય સર્જન ઉપર કોઈ વિદ્યાર્થી પી.એચ. ડી કરે છે તો તમે કેવી લાગણી અનુભવો છો ?

- વિદ્યાર્થીનું સાહિત્ય પ્રત્યે અનન્ય કુતૂહલ હોય છે. તે કુતુહલ માણવું તે આનંદની વાત છે.

10. એબ્સરડીટીના એકાંકીનું જ કેમ લેખન કાર્ય કર્યું ?

- નાટકોની દુનિયામાં જ નહીં પણ બધા સ્વરૂપોમાં એબ્સરડીટીનો ઉપયોગ થયો છે. આ એક નવીન અભિગમ હતો.

11. આપના પ્રથમ પુસ્તકના પ્રકાશન સમયે આપે કેવી લાગણી અનુભવતા હતા ?

- માનસિક મુક્તિનો આનંદ કંઈ અલગ જ હોય છે.

12. ભાવકો કે વિવેચકોના ગમા અણગમાની આપના ઉપર સી અસર થાય છે ?

- લેખકને પોતાની કૃતિનું કોઈ વિવેચન કરે તેનો આનંદ હોય છે જ.

13. આપે કેમ આપે કેમ મર્યાદિત સાહિત્યસર્જન કર્યું ?

- લગભગ લેખક રિપીટેશન નો ભોગ બનતો હોય છે. બને એટલું પુનરાવર્તિત ન થાય તે મને જરૂરી લાગ્યું હતું તેથી.

14. આપના વાર્તાસંગ્રહની આપના હૃદયને સ્પર્શતી વાર્તા કઈ છે કેમ ?

- મારી એક લાંબી ટૂંકી વાર્તા કિલ્લો મને તો ગમી છે પણ મિત્રોની પણ પ્રિય વાર્તા તે બની છે. મોહન પરમારે કિલ્લો વર્તાને મહેશ દવેની જ નહીં ગુજરાતી સાહિત્યની ઉત્તમ વાર્તા ગણાવી છે.

15. બીજો સૂર્ય કાવ્યસંગ્રહ ના શીર્ષક વિશે આપના વિચારો ?

- બીજો સૂર્ય કાવ્યસંગ્રહ ગુજરાતી સાહિત્યમાં સારો ચર્ચાયો. સૂર્ય વગર માનવ જીવન શક્ય નથી. તો સૂર્ય જ્યારે અંધકાર આપે તો કવિને બીજા સૂર્યની શોધ કરવી પડે.

16. કોઈપણ સાહિત્યસર્જન પછી કેવી સંવેદના અનુભવો છો ?

- કોઈપણ સાહિત્યસર્જન સર્જક ને સંવેદનાના અનેક દ્વારો ખોલી આપે છે.

17. આપના સર્જન પૂર્વની અને પછીની મનઃસ્થિતિ કેવી રહેતી ?

- કોઈપણ સર્જન કરતી વેળાએ બ્રેઈનસ્ટોરમીંગ નો અનુભવ થાય જ.

18. સર્જન પ્રવૃત્તિ માટે કેવા વાતાવરણની અપેક્ષા રાખો છો ?

- લગભગ બધા જ સર્જક આ વાત ઘૂંટતા હોય છે. પણ વાતાવરણ સંજોગોને આધીન હોય છે.

19. પાશ્ચાત્ય સાહિત્યમાં આપના પ્રિય સર્જકો કયા છે ? કેમ ?

- કહેવું મુશ્કેલ જ નહીં અસંભવ છે. સાહિત્ય એટલું વિશાળ છે કે કોઈને સિંગલ આઉટ કરવું મુશ્કેલ પડે. છતાં હેમિંગવે, આલબેર કામુ, સાત્ર, એલન ગ્રીન્સબર્ગ અને કાફકા અને ઘણા બધા.

20. આપને સાહિત્યસર્જન કરવાની પ્રેરણા ક્યાંથી મળી ?

- વાર્તા સંગ્રહ: ગૃહ પ્રવેશ - સુરેશ જોશી
- કાવ્યસંગ્રહ : અથવા - ગુલામ મોહમ્મદ શેખ
- એકાંકી સંગ્રહ : મરી જવાની મજા - લાભ શંકર ઠાકર.
- ઉપર દર્શાવેલ સામાન્ય સ્વીકાર ગણાય. આ સિવાય ઘણી ઉત્તમ

કૃતિઓ હોય છે.

www.ingramcontent.com/pod-product-compliance
Lightning Source LLC
LaVergne TN
LVHW090328210926
848480LV00004B/1340
* 9 7 9 8 9 0 5 1 0 7 6 5 8 *